தென்னிந்தியக் கிராம தெய்வங்கள்

தென்னிந்தியக் கிராம தெய்வங்கள்

ஹென்றி ஒயிட்ஹெட்

தமிழில்: வானதி

கிழக்கு

தென்னிந்தியக் கிராம தெய்வங்கள்
Thenindia Grama Deivangal
Right Reverend Henry Whitehead ©
Translated by *Vanathi* ©

First Edition: December 2022
160 Pages
Printed in India.

ISBN: 978-93-90958-87-0
Kizhakku 1307

Kizhakku Pathippagam
177/103, First Floor, Ambal's Building, Lloyds Road,
Royapettah, Chennai - 600 014. Ph: +91-44-4200-9603
Email : support@nhm.in Website : www.nhm.in

kizhakkupathippagam kizhakku_nhm

Kizhakku Pathippagam is an imprint of New Horizon Media Private Limited

‘இந்தியாவில் வாழ்ந்த ஆதிக்குடிகளின் உலகம் பல்வேறுபட்ட அறியப்படாத சக்திகளாலும் ஆவிகளாலும் நிறைந்தது. இந்த சக்திகளும் ஆவிகளும் அவர்களின் வாழ்வில் நிகழும் நன்மை மற்றும் தீமைகளுக்குக் காரணமானவை என்று அவர்கள் நம்பினார்கள்.’

பொருளடக்கம்

ஆசிரியர் உரை

இந்தப் புத்தகத்திற்கான எல்லாத் தரவுகளும் என்னுடைய விசாரணைகளின் மூலமும், நான் பார்த்த விஷயங்களின் மூலமும் தெரிய வந்தவையாகும். இந்திய மதங்களின் இந்தக் கிராம தெய்வங்கள் பற்றிய பண்பாட்டுத் தள ஆராய்ச்சியை நானே முதல் முறையில் பண்ணுவதால், எந்தப் புத்தகங்களும் இதற்கு உதவியாக இல்லை.

இந்தப் புத்தகம் கிராம தெய்வங்கள்பற்றிய முழுமையான பதிவோ அல்லது அந்தக் கோயில்களில் நடக்கும் எல்லாவிதமான வழிபாட்டு முறைகள் மற்றும் திருவிழாக்கள் பற்றிய பதிவோ அல்ல. தென்னிந்தியக் கிராம தெய்வக் கோயில்களில் பின்பற்றப்படும் வழிமுறைகளும், திருவிழாக்களும் எண்ணற்றவை. எனக்குத் தெரியவந்த எல்லா விஷயங்களையும்கூட நான் பதிவு பண்ண முயலவில்லை.

இந்தப் புத்தகத்தை ‘தென்னிந்தியக் கிராம தெய்வங்கள் பற்றிய ஓர் அறிமுகம்’ என்று அழைப்பதே சரியானதாகும். ஆனால் இந்து மதத்தின் இந்தக் கிராம தெய்வ வழிபாடுகளில் பெரும்பாலானவைகளை இந்தப் புத்தகத்தில் பதிவு செய்திருக்கிறேன். இதை வாசிப்பவருக்கு இந்தத் தெய்வங்கள்பற்றிய ஓர் அறிமுகம் கிடைக்கும் என்றும் பிற வழிபாட்டு முறைகளோடு இவற்றை ஒப்பு நோக்கவும் உதவும் என்றும் நம்புகிறேன்.

இந்தப் புத்தகத்தில் உள்ள அத்தியாயங்கள் 4, 6, 7 முதலியவை 'Nineteenth century and After' புத்தகத்தில் பதிப்பிக்கப் பட்டவை. அவற்றை இந்தப் புத்தகத்தில் சேர்த்துக்கொள்ள அனுமதித்த அந்தப் புத்தகத்தின் தொகுப்பாளருக்கு என் நன்றிகள். மேலும் என் மனைவி, மிஸ் ஸ்டீபன், மெட்ராஸ் சபையின் கண்காணியார் (Archdeacon) முதலியோருக்கும், இந்தப் புத்தகத்தில் இடம்பெற்றுள்ள படங்களைத் தந்து உதவிய நண்பர்களுக்கும், மெட்ராஸ் அரசாங்கத்திற்கும் என் நன்றிகள்.

ஹென்றி

மெட்ராஸ்

மொழிபெயர்ப்பாளர் உரை

1921இல் இரண்டாம், விரிவான பதிப்பாக வெளிவந்த 'The Village Gods of South India' என்ற புத்தகத்தின் மொழிபெயர்ப்பு இது. கடந்த ஒரு மாத காலம் என் வார இறுதிகளும், இரவுகளும் இந்தப் புத்தகத்துடனே கழிந்தன.

எப்போதுமே எனக்கு நம் முன்னோர்கள் எப்படி இருந்தார்கள், என்ன செய்தார்கள் என்பதுபோன்ற கேள்விகள் உண்டு. ஆர்வம் உண்டு. இந்தப் புத்தகம் அவர்களது வாழ்வின் ஒரு சிறு பாகத்தைக் காட்டுகிறது. எனவே இதை மொழிபெயர்ப்பதன் மூலம் என்னுடைய ஒரு சிறு ஆசையை நிறைவேற்றிக் கொள்வதாகவே நினைக்கிறேன்.

ஹென்றி ஒயிட்ஹெட், சென்னை மாகாணத்தில், ஆங்கிலிகன் கிறிஸ்தவ சபையின் (பின்னாளில், தென்னிந்தியத் திருச்சபை) அருட்தந்தையாக சென்ற நூற்றாண்டின் ஆரம்பத்தில், இருபது வருடங்கள் இருந்தவர். அவருக்கு முன் இருந்த பல ஆங்கிலேயர் களைப்போலவே இந்திய வரலாற்றிலும், ஆன்மீகத்திலும் ஆர்வம் கொண்டு, அதுபற்றிப் படித்து, அந்தக் காலகட்டத்தில் இந்தியாவில் இருந்த நிலையை எழுதியவர். பிற ஆங்கிலேயர்களைப்போல், இந்து மதத்தின் பிராமணப் பக்கத்தை மட்டும் பார்க்காமல், சாமானியர்களின் கடவுள்களைப்பற்றிக் கேட்டு, தெரிந்து இந்தப் புத்தகத்தை எழுதியிருக்கிறார். இதன் முதல் பதிப்பு 1916இல் வந்துள்ளது. பின், பல திருத்தங்களுடன் 1921இல் ஒரு நீண்ட அறிமுகத்துடன், இரண்டாம் பதிப்பு வந்தது.

முதலில், இந்தப் புத்தகம் பேசும் நிலப்பரப்பைத் தெரிந்துகொள்ள வேண்டும். பிரிட்டிஷ் இந்தியாவின் மெட்ராஸ் மாகாணம், இன்றைய ஆந்திரப் பிரதேசம், சிறிது வட கர்நாடகம், தென் தமிழகம் நீங்கலான இன்றைய தமிழகம் ஆகிய நிலப்பரப்பைக் கொண்டிருந்தது. இந்தப் புத்தகம், இந்த நிலப்பரப்பையே தென்னிந்தியா என்று அழைத்து, அதன் கடவுள்களைப்பற்றிப்

பேசுகிறது. புதுக்கோட்டைக்குக் கீழான தமிழகக் கிராம கடவுள்கள், தெலுங்கானா, தென் கருநாடகம் போன்ற இடங்களின் கடவுள்கள் பற்றி வெகு கொஞ்சமே எழுதப்பட்டுள்ளது. அது ஏன் என்பதற்கு இதுவே காரணம்.

அடுத்து, இந்தப் புத்தகம் ஒரு முக்கிய மானுடவியல் ஆவணமாகும். இதில் விளக்கப்பட்டிருக்கும் பல சடங்குகள் இன்று நடைபெறுகின்றனவா என்றே தெரியவில்லை. அப்படியே நடந்தாலும், அதில் பெரிதும் மாற்றம் நேர்ந்துள்ளது. ஏன் இந்த மாற்றங்கள் என்பதுபற்றி தமிழில் சில ஆய்வுகள் நடைபெற்றுள்ளது (தொ. பரமசிவன், அ.கா. பெருமாள் போன்றவர்களால்). இந்த மாற்றங்களைப் புரிந்துகொள்வது, ஒரு விதத்தில் இந்தக் கடவுள்களின் ஆரம்பக் கால நிலைகளைப் புரிந்து கொள்ள உதவும்.

அடிக்குறிப்புகள் பலவற்றையும், எங்கெல்லாம் வேண்டுமோ, அங்கெல்லாம் உரைநடையுடன் சேர்த்துவிட்டேன். பெரும்பாலான அடிக்குறிப்புகள் ஆங்கிலேயர்களுக்கு என்று எழுதப்பட்டவை. தமிழில் அதற்கான அவசியம் இல்லை என்ற இடங்களில் அவற்றைத் தவிர்த்தும் விட்டேன்.

மேலும், ஹென்றி ஒயிட்ஹெட் குறிப்பிடும் சில இடங்களை என்னால் சரியாக அடையாளம் கண்டுகொள்ள முடியவில்லை. எஸ்ஸென், ஷியாளி போன்ற இடங்களின் இன்றைய பெயர் என்ன என்பதைத் தெரிந்துகொள்ள முடியவில்லை. வாசகர்கள் யாருக்கேனும் தெரிந்திருந்தால், எனக்குத் தெரிவிக்கலாம்.

ஹென்றி ஒயிட்ஹெட் இந்தப் புத்தகத்தை இந்தியாவைப்பற்றி அறிந்துகொள்ள விரும்பும் ஆங்கிலேயர்களுக்காகவும், தன் சபையின் குருமார்களுக்காகவும் எழுதினார். இந்த மக்களின் நம்பிக்கைகளையும், மதத்தையும் புரிந்துகொள்வது, மத மாற்றத்திற்கு உதவும் என்று நம்பினாரா என்று தெரியவில்லை. ஆனால், முதல் ஏழு அத்தியாயங்களும் எந்த முன் முடிவும் இன்றி ஒரு விஞ்ஞானிபோல் எழுதி வருபவர், கடைசி அத்தியாயங்களில் தான் ஒரு சபைக்குத் தலைவர் என்ற நினைவு வந்ததுபோல், தனது குருமார்களுக்கு அறிவுரையைச் சேர்த்துக்கொள்கிறார்.

அதைத் தவிர்த்து, இந்தப் புத்தகம் இந்திய கிராமத்தின் மக்கள், விழாக்கள், சடங்குகள் போன்றவற்றை ஆவணப்படுத்துகிறது. பண்பாட்டுத் தொன்மங்கள் பற்றிய சில கருதுகோள்களை முன் வைக்கிறது. உலகின் வேறு கலாச்சாரங்களில் இருக்கும் இதுபோன்ற

சடங்குகளை இவற்றுடன் சேர்த்து சில அனுமானங்களை வைக்கிறது அல்லது நம்மை அனுமானம் செய்துகொள்ளச் செய்கிறது.

இந்த நூல் முழுவதையும் ஒருமுறைக்கு இருமுறை சரி பார்த்து, பிழை திருத்தித் தந்த என் மனைவி ஜெயஸ்ரீக்கு அன்பும், நன்றியும்.

பாதமுத்து அய்யனார், எனது குலதெய்வம். இந்தப் புத்தகத்தில் சொல்லப்படும் பல சடங்குகளும் இன்னமும் இந்தக் கோயிலில் நடைபெறுகிறது. பல வருடங்களுக்கு முன் சிவகாசி மாரியம்மன் கோயிலில் கழுவேற்றம் பார்த்துப் பயந்து போனது நினைவுக்கு வருகிறது. இவை எல்லாமே ஒரு தொடர்ச்சியான சங்கிலியின் வேறு வேறு கண்ணிகள் என்பது மட்டுமே என்னை இந்தப் புத்தகத்தை மொழிபெயர்ப்பு செய்ய வைத்த உந்து சக்தியாகும்.

மே 15, 2020

வானதி

சென்னை

அறிமுகம்

கிராம தெய்வ வழிபாடு, இந்திய மதங்களிலேயே மிகவும் பழமையானதாகும். கிறிஸ்துவிற்கு 2000 ஆண்டுகளுக்கு முன் நிகழ்ந்ததாகக் கருதப்படும் ஆரியர்களின் வருகைக்கு முன், இந்தியாவில் வாழ்ந்த ஆதிக்குடிகள், திராவிடர்களின் மதம் சார்ந்த நம்பிக்கைகளும், முறைகளும் உலகின் ஏனைய பழங்குடிகளின் முறைகளிலிருந்து வேறுபடவில்லை. அவர்கள் உலகம் பல்வேறுபட்ட அறியப்படாத சக்திகளாலும் ஆவிகளாலும் நிறைந்தது. இந்த சக்திகளும் ஆவிகளும் அவர்களின் வாழ்வில் நிகழும் நன்மை மற்றும் தீமைகளுக்குக் காரணமானவை என்று அவர்கள் நம்பினார்கள். அதே நேரத்தில் ஒவ்வொரு கிராமமும் ஒரு காவல் தெய்வத்தால் காப்பாற்றப்படுகிறது.

இந்தத் தெய்வங்கள் மக்கள் வேளாண் குடிகளாய் கிராமங்களில் தங்க ஆரம்பித்த காலங்களில் தோன்றிய காவல் தெய்வங்களாக இருக்கலாம். பிற்காலத்திய யூதர்கள் மற்றும் எகிப்திய பேரரசு, நினிவே மற்றும் பாபிலோன் முதலிய இடங்களில் தோன்றிய தேசியக் கடவுள் வழிபாடுகளுக்கு முந்தியவையாகக்கூட இருக்கலாம். குடும்பங்கள் குழுக்களாகவும், குழுக்கள் இனங்களாகவும், இனங்கள் தேசங்களாகவும் பரிணாமித்தபோது இந்தக் குடும்ப தெய்வங்கள் தேசியக் கடவுள்கள் ஆனது.

ஆனால் ஆரியர்களுக்கு முந்தைய பண்டைய இந்தியாவில் பெரும் நாடுகளோ, பேரரசுகளோ இல்லை. சிறு வேளாண் குடிகளும், ஆடு, மாடுகள் மேய்க்கும் சிறு குழுக்களுமே இருந்தன. ஆரியர்கள் வட இந்தியாவைக் கைப்பற்றும்வரை உலகம் என்பதான கோட்பாடு திராவிடர்களுக்குத் தேவைப்படாததாக இருந்தது. அவர்களின் கிராம வாழ்வின் நிகழ்வுகளில் பிரச்னைகளில் துணை நிற்கும் கடவுள்களே அவர்களுக்குத் தேவைப்பட்டனர். இந்தக் கிராம தெய்வங்கள் வழிபாடு அவர்களுக்குப் போதுமானதாக இருந்தது.

பின்னாட்களில் ஆரியர்கள் இந்தியாவைக் கைப்பற்றிய பிறகு, அவர்களின் மதத்தின் காப்பாளர்களான பிராமணர்கள் வந்த பிறகு, இந்தத் திராவிட வழிபாடுகள் அவற்றின் தாக்கத்தால் மாறுதலுக்கு உள்ளானது. ஆரிய மதமும் இந்தத் திராவிட வழிபாடுகளின் தாக்கத்தை ஏற்றுக்கொண்டது.

'மறுபிறவியிலிருந்து விடுபடுவது எப்படி?' என்ற கேள்வியில் இருந்தே இந்தியாவில் பல தத்துவ விசாரணைகள் தோன்றின. கிறிஸ்துவிற்கு ஆறு நூற்றாண்டுகளுக்கு முன்பு தோன்றிய இந்தத் தத்துவங்களே, பின் இந்து மதத்தில் இருந்து பிரிந்து ஜைனம் மற்றும் புத்த மதங்களாகப் பரிணமித்தது. இந்தப் புது மதங்கள் இந்தியாவில் அதுவரை பின்பற்றப்பட்ட எல்லா வழிபாட்டு முறைகளிலும், மதங்களிலும் ஒரு தாக்கத்தை ஏற்படுத்தின. அதே நேரத்தில் இந்தியாவின் ஆதிக்குடிகளின் மதங்களின் தாக்கமானது ஆரியர்களின் மதத்தில் மெதுவாகத் தெரிய ஆரம்பித்தது.

பல்வேறு கடவுள்களுடன் கூடிய இயற்கை வழிபாட்டையும், மிருக பலிகளையும், குடும்ப வாழ்விற்கான எளிதான நியம முறைகளையும் கொண்டிருந்த ரிக் வேதமானது இந்தத் தாக்கங்களினால் மிருக பலிக்கு எதிரானதாகவும், தத்துவக்குழுக்களின் பல்வேறு வாதங்களுக்கு இடையேயாக பல்வேறு கடவுள் வழிபாடு உடையதாகவும் மற்றும் அதைச் சார்ந்த மூட நம்பிக்கைகளை வளர்ப்பதாகவும் மாறியது. இதனூடே இந்த உலகின் மிக மோசமான வர்க்க வேறுபாடுகளையும் கொண்டுள்ள சாதிகள் தோன்றின. கர்மவினையும், மறுபிறவித் தத்துவங்களும் சாதிகளை நியாயப் படுத்த உபயோகப்பட்டன.

எனவே நாம் இன்று இந்துமதம் என்று அழைக்கும் மதமானது, மிக நுண்ணிய தத்துவ ஆராய்ச்சிகள் முதல் மிக எளிமையான இயற்கை வழிபாடுவரை கொண்ட ஒரு மதமாகும். அதேபோல திராவிடர்களின் ஆதிமதமானது பிராமணர்களின் தாக்கத்தால் பெரிதும் மாறிவிட்டது. பெரும்பாலான நகரவாசிகளும், கிராமத்த வர்களும் இன்று தங்கள் கிராம தெய்வங்களையும், பிராமணத் தெய்வங்களையும் ஒருசேர வழிபடுபவர்களாக இருக்கின்றனர். மலைக்காடுகளில் வாழும் சில ஆதிவாசிகள் இன்னமும் இந்தப் பிராமணத் தாக்கம் இல்லாமல் இருந்தாலும், பெரும்பாலானவர்கள் தங்கள் கிராம தெய்வங்களுடன் சிவனையும் விஷ்ணுவையும் சேர்ந்தே வணங்குகின்றனர். சீனாவில் எப்படி கன்பூசியஸும் தாவோவும் வேறு மதங்களாகப் பார்க்கப்படாமல் ஒரே மதத்தின் இரு பிரிவுகளாகப் பார்க்கப்படுகின்றதோ அது போலவே இதுவும்.

மதங்களை ஒப்புநோக்கும் மாணவருக்கு இந்தக் கிராம தெய்வங்கள் வழிபாடு பற்றிய இந்தப் புத்தகம், மதங்கள் ஆரம்ப கால கட்டங்களில் எப்படி இருந்தன என்றும், பிற இடங்களின் தொடர்பால் எப்படி மாறின என்பதும் தெளிவுற விளக்கும். ஒரு கிறிஸ்துவருக்கு இந்த வழிபாட்டு முறையைத் தெரிந்து கொள்வதால் மனதின் ஆழத்தின் ஏக்கங்களும், இந்த முறைகளின் மூல காரணிகளும் கிறிஸ்தவ மதத்தின் உயரிய உண்மைகளை அறிந்து கொள்ள உதவும்.

இந்த இரண்டாவது பதிப்பில், விமர்சகர்கள் சுட்டிக் காட்டிய, பல விட்டுப்போன விஷயங்களைச் சேர்த்திருக்கிறேன். ஆனால் தென்னிந்தியாவின் பரந்த கிராம தெய்வங்களின் எண்ணிக்கையும், அவற்றின் வழிபாட்டு முறைகளும், திருவிழாக்களும் எண்ணற்றவை. எனவே தென்னிந்தியாவின் கிராம தெய்வங்கள் பற்றிய அறிமுகம் தரும் இந்தச் சிறிய புத்தகத்தில் இவற்றில் மிகப்பலவும் விட்டுப்போவது தவிர்க்க இயலாதது.

இந்தப் புத்தகத்தில் மிகவும் விமர்சிக்கப்பட்டது எட்டாவது அத்தியாயத்தில் 'இந்தக் கிராம தெய்வங்களின் வழிபாடு எவ்வாறு ஆரம்பித்தது' என்ற என்னுடைய கருத்துகளே. அதற்கு முந்தைய அத்தியாயங்களில் நான் அதுவரை கேட்ட, பார்த்த விஷயங்களைப் பதிவு செய்திருந்தேன். இந்த எட்டாவது அத்தியாயத்தில் 7000 வருடங்களுக்கு முன் என்ன நடந்திருக்கலாம் என்ற என்னுடைய கருத்துக்களைப் பதிவு செய்திருந்தேன். அதுவே மிகுந்த விமர்சனங்களுக்கு உள்ளது.

என்னுடைய கருத்துக்கு ஆதாரங்கள் இல்லையெனினும் அவற்றை இன்னமும் நான் கைவிட்டு விடவில்லை. இந்தக் கிராம தெய்வங்களுக்குக் கொடுக்கப்படும் பலிகளின் ஆரம்பம் ஓர் இனக்குழு மரபு சார்ந்த சின்ன வழிபாடு என்பதே எனது கருத்து. மேலும் இந்த வழிபாடு முன்னோர் வழிபாட்டிலிருந்து மாறுபட்டது என்பதும் எனது கருத்து.

பேராசிரியர் எல்மோர் தனது புத்தகமான 'இன்றைய இந்துமதத்தில் திராவிட கடவுள்கள்' என்பதில் கிராம தேவதைக் கோயில்களில் கொடுக்கப்படும் எருமைப் பலியை முன்வைத்து என்னை மறுதலிக்கிறார். தற்போது மக்களிடையே நிலவும் கதைகளை முன்வைத்து இந்தப் பலிக்கு ஒரு வரலாற்றுக்காரணம் உண்டு என்கிறார். தோற்கடிக்கப்பட்ட ஓர் எதிரிக்குக் கொடுக்கப்பட்ட அவமானமும், தண்டனையுமே இந்தப் பலிகளின் அர்த்தம் என்பது

அவரது நிலைப்பாடு. எருமையின் தலையை வெட்டுவது, பின் அதன் முன்னங்காலை வெட்டி அதன் வாயில் வைப்பது, அதன் கொழுப்பை எடுத்து அதன் மூக்கில் தடவுவது மற்றும் அதன் தலைமாட்டில் ஒரு விளக்கு வைப்பது போன்றவை ஒரு கொடூரமான, பயங்கரமான எதிரியைத் தோற்கடித்து அவமானப்படுத்துவது என்பது அவரின் கருத்து. அந்தப் பலி மாட்டை, பலிக்கு முன் கிராமத்தின் உள்ளே ஊர்வலமாக அழைத்துச் செல்வது, எதிரியை அவமானப் படுத்துவதற்காக ஊருக்குள் நடத்திச்செல்வது என்பதுதான் இந்தக் கருத்து. அதாவது ஆரிய வெற்றியாளர்கள், திராவிட நாட்டையும் அவர்களது கடவுள்களையும் வென்றதன் அடையாளமே இது என்பது பேராசிரியர் எல்மோர் கருதுகோள்.

என்னைப் பொறுத்தவரை இந்தக் கருத்துகள் நாம் இதுவரை அறிந்தவற்றிற்கு ஒவ்வாதவையாகவும், நடைமுறைக்குச் சம்பந்த மில்லாததாகவும் இருக்கிறது. மேலும் இந்த எருமைப் பலி, கருத்தானது ஆரியர்கள் இந்தத் திராவிட நாட்டிற்கு வந்து, அவர்களை வென்றபிறகே ஆரம்பித்ததாகச் சொல்கிறது.

அத்தியாயம் 7–ல் நான் கொடுத்துள்ள கதைகளும், பேராசிரியர் எல்மோர் அவரது புத்தகத்தில் கொடுத்துள்ள கதைகளும் இந்தப் பலிகள் திராவிட நாட்டின் முக்கியமான இனக்குழுவான பறையர்கள், ஆரியர்களிடம் தோல்வியுற்று தங்கள் பதவிகளை இழந்து, பிராமண ஆதிக்கத்தில் வந்தபிறகு ஆரம்பித்ததாகச் சொல்கிறது. ஆனால் என்னைப் பொருத்தவரை இந்தப் பலி கொடுக்கும் பழக்கம், ஆரியர்கள் வருவதற்குப் பல நூறு வருடங்களுக்கு முன்பே, திராவிடர்கள் இந்தத் தென்னிந்தியாவிற்கு வந்து தங்கள் விவசாய வாழ்வைத் தொடங்கிய நாட்களிலேயே ஆரம்பித்து விட்டது. இது உண்மையெனில் கிறிஸ்துவுக்கு 3000 – 4000 வருடங்களுக்கு முன் ஆரம்பித்த இந்தப் பழக்கங்களையும் கிராம தெய்வங்களை வணங்கும் முறைகளையும், அதற்குப் பல நூறு ஆண்டுகளுக்குப் பின் வந்த ஆரியர்களின் காலத்தின் நிகழ்வுகளைக் கொண்டு விளக்க முற்படுவது சரியல்ல என்பதே எனது கருத்தாகும்.

மேலும் உலகெங்கும் வேளாண்குடிகளின் கடவுள்கள் பெண்களாகவே இருக்கிறார்கள். விவசாயச் சாகுபடியைக் குறித்தும் பெண்களை வளங்களின் அடையாளமாகக் கண்டதுமே இதற்குக் காரணம் என்பது எனது கருத்து, இங்கும் பேராசிரியர் எல்மோர், திராவிடப் பெண்கள் எல்லோரும் பொறாமை பிடித்தவர்களாகவும், சண்டை போடுபவர்களாகவும், பழி வாங்குபவர்களாகவும்

இருந்ததனாலேயே, திராவிடர்கள் பெண்களை வழிபடும் முறைமைக்கு வந்ததாகத் தெரிவிக்கிறார். இப்படித் திராவிடப் பெண்கள் சாபம் கொடுப்பவர்களாக இருந்ததனால் அவர்களைச் சாந்தப்படுத்த, பெண்களைத் தெய்வமாக வணங்குவது ஆரம்பித்தது என்பது எனக்கு ஒரு சாத்தியமில்லாத காரணமாகவே தோன்றுகிறது.

அத்தியாயம் – 1

தெய்வ வழிபாட்டின் முக்கியக் கூறுகள்

கிராம தேவதை என்று தமிழ் மற்றும் சமஸ்கிருதத்தில் அழைக்கப்படும் கிராம தெய்வங்களைச் சேர்ந்த மத நம்பிக்கைகள், வழிபாட்டு முறைகள் மற்றும் திருவிழாக்கள் இன்று இந்து மதத்தின் ஒரு முக்கிய பாகமாக உள்ளது. தென்னிந்தியாவின் ஒவ்வொரு கிராமத்திலும் ஒரு கிராம தேவதை கோவிலைக் காணலாம். இந்தக் கோயில்கள் அந்தக் கிராம மக்களால் வழிபடப்பட்டும், திருவிழாக்கள் கொண்டாடப்பட்டும் வருகின்றன. இந்தக் கோயில்கள் பிராமணியக் கோயில்களை விடச் சிறியதாகவே இருக்கும்.

பெரும்பாலான இடங்களில் இந்தக் கோயில்கள் மூன்று அல்லது நான்கு அடி உயரம் மட்டுமே உள்ள சிறு செங்கல் கட்டடங்கள். பல இடங்களில் சிறு கல் குவியல்களின் நடுவேயும் இன்னமும் பல இடங்களில் கோயில் என்று ஒரு கட்டடமேகூட இருப்பதில்லை. ஆனாலும் கிராமத்தில் ஒரு பெரும் அழிவு – கொள்ளை நோயோ, பஞ்சமோ, கால்நடைகளுக்குப் பெரும் நோயோ – வரும் போது அந்தக் கிராம மக்கள் தங்களைக் காப்பதற்குக் கிராம தேவதைக் கோயில்களுக்கே வருகின்றனர். சிவனும் விஷ்ணுவும் பெரிய கடவுளர் எனினும், கிராம தெய்வமே இந்த நேரங்களில் கிராம மக்களுக்கு உடனடி உதவி புரிவதாகவும், அந்தக் கிராம மக்களின் மகிழ்ச்சிக்கும், வளத்திற்கும் காவலாகவும் கருதப்படுகிறது.

(அ) இந்தக் கிராம தெய்வ வழிபாடு எப்படி ஆரம்பித்தது என்பது இன்று தீர்மானமாகச் சொல்ல முடியவில்லை. ஆனால் இது ஆரியர் வருகைக்கு முந்தைய திராவிடர்களின் வழக்கு என்பதும்,

பின்னாளில் பிராமணிய மதத்தால் சிறிதாகவோ பெரிதாகவோ மாற்றப்பட்டது என்பதும் தெரிகிறது. இன்னமும் சில கோயில் நிகழ்வுகள் இன மரபுச் சின்ன வழிபாட்டு நாட்களை நினைவுறுத்து கின்றன. பொதுவாக கிராம தேவதைகள் ஒரு கிராமத்தைப் பாதுகாப்பதாகக் கருதப்படுகிறது. மேலும் பெரும் நோய் மற்றும் பேரிடர்க் காலங்களில் பெரும் சக்தி பெற்றவையாகவும் கருதப் படுகின்றன.

(ஆ) பெரிய கடவுள்களாகக் கருதப்படும் சிவன் மற்றும் விஷ்ணு கோயில்களில் நடத்தப்பெறும் வழிபாடுகளில் இருந்து இந்தக் கிராம தெய்வ வழிபாடுகள் பெருமளவில் வேறுபடுகின்றன.

1. சிவனும் விஷ்ணுவும் இயற்கையின் சக்தியின் வடிவங்கள். சிவன், அழிவின் சக்தியாகவும், மரணத்தின் வழியே கிடைக்கும் வாழ்வின் வடிவாகவும் இருக்கிறார். விஷ்ணு, காத்தலின் சக்தியாகவும், மோட்சம் அடைவதற்கான வழியாகவும் இருக்கிறார். இந்தக் கடவுள்கள் பிரபஞ்சச் சக்தியின் வடிவங் களாக இருக்கிறார்கள். கிராம தெய்வங்களோ கிராம வாழ்வின் அடையாளங்கள். அவர்கள் பிரபஞ்சச் சக்திகளோடு அல்லாமல் கிராம வாழ்வின் நிதர்சனங்களான காலரா, பெரியம்மை, கால்நடை நோய்களுடன் தொடர்புடையவர்கள்.

2. இரண்டாவது, வெகு சில விதிவிலக்குகள் தவிர, பெரும்பாலான கிராம தெய்வங்கள் பெண் தெய்வங்களே. இந்து மதத்தின் பிரதானக் கடவுள்களான சிவனும் விஷ்ணுவும் ஆண்கள். இந்தக் கடவுள்களின் மனைவிகள், குறிப்பாக சிவனின் மனைவியான 'காளி', பெங்காலின் முக்கியத் தெய்வமாகவும், கல்கத்தாவின் பிரதானத் தெய்வமும் ஆகும். ஆனால், பொதுவாகப் பார்த்தால், இந்து மதத்தில் பெண் தெய்வங்கள், ஆண் தெய்வங்களுக்கு அடுத்த இடத்திலேயே இருக்கிறார்கள். பழைய திராவிட மதத்தின் தெய்வங்கள் பெண்களாக இருந்ததுபோல, ஆரிய மதத்தின் கடவுள்கள் ஆண்களே. திராவிடர்கள் வேளாண்குடிகளாக இருந்ததால் பெண்களையும், ஆரியர்கள் போரிடும் குழுக்களாக இருந்தமையால் ஆண்களையும் வழிபட்டனர் போலும். உலகின் பெரும்பாலான தெய்வங்கள் ஆண்களே, வேளாண்குடிகளின் கடவுள்களோ எல்லா இடங்களிலும் பெண்களே. போர் வீரர்களாக ஆண்கள் இருந்ததும், வேளாண்மை பெரும்பாலும் பெண்களால் நடத்தப்பட்டதும், மேலும் பெண்களை நிலத்தின் வளத்துடன் ஒன்றிப் பார்த்ததும் இதற்குக் காரணமாக இருக்கலாம். எனவே தென்னிந்தியா முழுவதும் பெண்களே கிராம தெய்வங்களாக உள்ளனர்.

தமிழ் நாட்டில் இந்தப் பெண் தெய்வக் கோயில்களில் ஆண் தெய்வங்களைப் பார்க்கலாம். ஆனால் இந்த ஆண் தெய்வங்கள், பெண் தெய்வத்திற்குக் கட்டுப்பட்டு அந்தக் கோயிலைப் பாதுகாக்கவும், பெண் தெய்வத்தின் கட்டளைகளை நிறைவேற்றவும் மட்டுமே உள்ளன. இதற்கு விதிவிலக்காக இருப்பது அய்யனார் மட்டுமே. அய்யனார் கோயில்கள் தனியாகவும், ஊர் எல்லையிலும் இருக்கும். பல குதிரைகளின் களிமண் சிற்பங்களும் இருக்கும். இந்தக் குதிரைகளில் ஏறி அய்யனார் இரவுகளில் கிராமங்களைப் பாதுகாக்கிறார் என்பது தொன்றுதொட்ட நம்பிக்கை. தெலுங்கு நாட்டில், இதுபோன்றே பொட்டு ராசு என்று ஓர் ஆண் தெய்வம் உண்டு. ஆனால் பெண் தெய்வங்களின் கோயில்களில் இவர் அந்தப் பெண் தெய்வத்தின் கணவராகவோ, சகோதரனாகவோ இருப்பார். இந்தக் கடவுளுக்கு என்று ஒரு தனிக்கோயிலை நான் பார்த்ததில்லை. அவருக்கு என்று தனியாக பலி கொடுக்கப்படுவதில்லை என்றும், பெண் தெய்வத்தின் ஊடாகவே பலிகள் கொடுக்கப்படும் என்றும் கேள்விப்பட்டிருக்கிறேன்.

3. கிராம தெய்வங்கள் மிருக பலி கொடுத்து வழிபடப்படுகின்றன. எருமை, ஆடுகள், செம்மறி, பன்றி மற்றும் பல பறவைகள் என பல்லாயிரக் கணக்கில் மிருகங்கள் பலி கொடுக்கப்படுகின்றன. தமிழ் நாட்டில் பிராமணிய மதத்தின் தாக்கத்தால் ரத்தம் சிந்துவது கீழானது என்றும் பொருத்தமற்றது என்றும் கருதப்படுகிறது. எனவே சில அய்யனார் கோயில்களில் பலி கொடுக்கப் படுவதில்லை. அதற்குப் பதிலாக கோயில் பூசாரி, சுருட்டுகளும், நாட்டுச் சாராயம் அல்லது கள்ளைப் பெற்றுக்கொள்கிறார். ரத்தம் கேட்காத நல்ல கடவுளாகவே அய்யனார் பார்க்கப்படுகிறார்.

4. கிராம தெய்வக் கோயில்களில் பூஜை செய்வது பிராமணர்கள் அல்லர்; இதர சாதியினரே இந்தக் கோயில்களில் எல்லா சடங்குகளையும் செய்கின்றனர் என்பது போன்ற பொதுவான ஒரு கருத்தையும் இந்தியாவில் எளிதாகச் சொல்ல முடியாது – அதற்கு விதிவிலக்காகப் பல இடங்கள் உடனே முன்வைக்கப்படும். எனவே, நானே சில கிராம கோயில்களில் பிராமணப் பூசாரிகளைப் பார்த்திருக்கிறேன் என்பதைச் சொல்லிவிடுகிறேன். நாகப்பட்டினத்தில், பின்னர் பெங்களூரிலும் ஒரு பிராமணக் கைம்பெண் பூசாரியாக இருப்பதை நான் பார்த்திருக்கிறேன். தஞ்சாவூரில் இருந்து மூன்று மைல் தொலைவில் உள்ள ஒரு மாரியம்மன் கோயிலிலும் பிராமணப் பூசாரி இருக்கிறார்.

ஆனால் பிராமணப் பூசாரி இருக்கும் கருவறைப் பக்கம் மிருக பலி கொடுக்கப்படுவதில்லை. அதே கோயிலின் இன்னொரு பக்கத்தில் இன்னுமொரு மாரியம்மன் சிலை வைத்து அங்குப் பலிகள் கொடுக்கப்படுகின்றன. இந்தப் பலிகளும் பிராமணர் அல்லாத கீழ் சாதி மக்களால் கொடுக்கப்படுவதுதான். இந்த மாதிரியான பலி கொடுக்கப்படும் கோயில்களில் பிராமணர்கள் இருப்பது 'ஒரு சாண் வயிற்றுக்காகவே' என்று தெரிகிறது. இந்த விதிவிலக்குகள் தவிர எல்லாக் கோயில்களிலும் பூசாரியாக எல்லாச் சாதியினரும் இருக்கின்றனர். இன்னமும் சில கோயில்களில் தீண்டப்படாதவர்கள் எருமைப்பலி கொடுப்பவர் களாக இருக்கிறார்கள். பின்வரும் அத்தியாயங்களில் இந்த எருமைப்பலி எப்படி ஓர் இன மரபுச்சின்னமாக இருக்கிறது என்று பார்க்கலாம்.

இந்தக் கோயில்களில் தெய்வங்களாக இருக்கும் கிராம தேவதைகள் தவிர, கிராம மக்களால் பல்வேறுபட்ட ஆண், பெண் ஆவிகளும் வழிபடப்படுகின்றன. இன்றும் தென்னிந்தியா முழுவதும், பழைய திராவிட மதத்தைப் போன்றே முன்னோர் வழிபாடும் நடத்தப் படுகிறது. வன்முறையாலோ, இயற்கையாக இல்லாமலோ இறந்து போனவர்கள், பெரும் சக்தி உடையவர்களாகக் கருதப்பட்டவர்கள், சில இடங்களில் குற்றம் புரிந்தவர்கள் கூட, அவர்கள் ஆண்களோ, பெண்களோ, சிறுவர்களோ, சிறுமிகளோ கடவுள்களாக வழிபடப் படுகின்றனர். இந்தக் கடவுள்கள் பல நூற்றாண்டுகளாக வழிபடப்பட்டு வந்தாலும், இதில் சிலர் சமீபக் காலங்களைச் சேர்ந்தவர்கள். சிலர் கொலை செய்யப்பட்டவர்களாகவும், பெரும் சக்திகள் உடையவர்களாகவும், பெண்கள், பிள்ளைப்பேற்றின்போது இறந்தவர்களாகவும் இருக்கிறார்கள். இந்தக் கடவுள்கள் உருவாவதை இப்போதும் காணலாம்.

தெலுங்கு நாட்டைச் சேர்ந்த ஒரு காவல் அதிகாரி என்னிடம் சொன்ன உண்மைச் சம்பவம் இது. 1904ம் வருடம் எல்லூரில் இருந்து பன்னிரண்டு மைல் தொலைவில் இரண்டு சிறுவர்கள் கால்நடைகளை மேய்க்கும்போது ஓர் இசையைக் கேட்டனர். அது ஓர் எறும்புப் புற்றில் இருந்து வருவதாக நினைத்தனர். இதைக் கிராமத்தில் சென்று சொன்னவுடன், கிராம மக்கள் வந்து அந்த எறும்புப் புற்றிற்குப் பூஜை செய்தனர். இந்த எறும்புப் புற்றுக் கடவுளின் சக்தி, பக்கத்தில் இருந்த கிராமங்களில் எல்லாம் பரவ, இப்போது ஒவ்வொரு ஞாயிற்றுக்கிழமையும் 5000 மக்களுக்கு மேல் இந்த இடத்தில் கூடி பூஜை செய்து தலை கவிழ்ந்து தொழுவதைக்

காணலாம். இதன் மூலம் இந்தியாவில் எவ்வளவு எளிதாக ஒரு சிறு தெய்வம் தோன்றி, ஒரு மாவட்டம் முழுதும் புகழ் பெற முடியும் என்று தெரிகிறது.

பெஜவாடாவில் (இப்போதைய விஜயவாடா) இன்னொரு சம்பவம். நகைகளுக்கு ஆசைப்பட்டு யாரோ சிலர் ஒரு வசதியான வீட்டுச் சிறுவனைக் கொலைசெய்து ஒரு கால்வாயில் போட்டுவிட்டனர். அந்தச் சிறுவனின் உடல் கண்டெடுக்கப்பட்டு ஒரு முச்சந்தியில், மரத்தின் கீழே கிடத்தப்பட்டிருந்தது. அதன் நினைவாக, அந்தச் சிறுவனின் பெற்றோர் அங்கே மரத்தடியில் ஒரு சிறு கோயில் அமைத்தனர். இங்கே பக்தர்கள் வேண்டியது எல்லாம் நிறை வேறுவதாக இன்னமும் சிலர் சொல்ல, இந்தக் கோயிலின் புகழ் வெகுவாகப் பரவிப் போனது. அந்தச் சிறுவனின் ஆவி ஒரு சிறுதெய்வமாக்கப்பட்டு, அக்கம்பக்கங்களில் பெரும் புகழைப் பெற்றது. நான் கடைசியாகப் பார்த்தபோது, அந்தக் கோயில் இருமடங்கு பெரிதாக்கப்பட்டு விட்டது.

அறுபது வருடங்களுக்கு முன், ராமம்மா என்ற கைம்பெண், பெஜவாடாவுக்கும், ஹைதராபாத்துக்கும் நடுவே விவசாயம் செய்து வாழ்ந்து வந்தாள். அவளின் வேலையாள்களில் ஒருவனான புத்தா சாகிப் என்பவனுடன் அவளுக்குத் தொடர்பு ஏற்பட்டது. இது தெரிந்து, அவளின் சகோதரன் அவர்கள் இருவரையும் கொன்றுவிட்டான். இது நடந்த சில நாட்களிலேயே, அந்தக் கிராமத்தில் கால்நடைகள் நோய் வந்து சாக ஆரம்பித்தன. அந்தக் கிராம மக்கள் இதை ராமம்மாவின் துர்மரணத்துடன் சம்பந்தப்படுத்தினர். எனவே எப்போதெல்லாம் கால்நடைகளுக்கு நோய் வருகின்றதோ அப்போதெல்லாம், இரண்டு மரச் சிலைகள் செய்து – ராமம்மாவும், புத்தா சாகிபும் – அதை ஒரு மர வண்டியில் வைத்து இரவில் கிராமம் முழுவதும் சுற்றி இழுத்து, இசை, தேவதாசிகள் நடனம், பட்டாசுகள் என்று கொண்டாடி, ஊர் எல்லைக்குச் சென்று அந்த மரப்பொம்மைகளைத் தூக்கியெறிந்து விடுவது வழக்கமாக இருக்கிறது.

பிளேக் வரும் காலங்களில் பிளேக் அம்மன் கோயில்கள் கட்டுவதும் ஒரு வழக்கமாக இருக்கிறது.

இளவயதில் கல்யாணத்திற்கு முன் இறக்கும் பெண்களுக்கு ஒரு தனி மரியாதை தரப்படுகிறது. அதுவும் அப்பெண்கள் இறப்பது இயற்கைக்கு மாறான ஒரு நிகழ்வாக இருந்தால், அப்பெண் ஆவி ரூபமாக, ஒரு சிறு தெய்வமாகவே ஆக்கப்பட்டுவிடுவாள்.

இது போக, ஒவ்வொரு சாதி மற்றும் வர்க்க மக்களும் தனியாக எல்லைக் கற்கள், குன்றுகள், நதிகள், காடுகள், மரங்கள், குறிப்பிட்ட வணிகம் மற்றும் கைவினைத்திறன்கள் போன்றவற்றுடன் ஆவிகளை வழிபடுவதும் நடக்கிறது. அதேபோல் பாம்புகள், குறிப்பாக ராஜ நாகம், தென்னிந்தியா முழுவதும் தெய்வ வடிவாக வணங்கப்படுகிறது. வயநாட்டில் உள்ள ஒரு கிறிஸ்தவப் பள்ளியில் தினமும் ஒரு ராஜ நாகம் வகுப்பறைகளுக்கு வந்து செல்லும். யாரும் அதைக் கொல்வதற்கு முயல்வதில்லை. மாறாக அதற்குத் தினமும் பால் வைக்கப்படுகிறது. பல நகரங்களிலும், கிராமங்களிலும் பெரிய மரங்களின் கீழே நாகங்களின் சிலைகள் – இரு நாகங்கள் பிணைந்து இருப்பது போன்று – பிள்ளை வரம் வேண்டும் பெண்களால் வழிபடப்படுகின்றன.

அத்தியாயம் – 2

கிராம தெய்வங்களின் பெயர்கள், குணங்கள் மற்றும் பணிகள்

(அ). கிராம தெய்வங்களின் பெயர்கள் எண்ணிலடங்காதவை.

சில பெயர்கள் பொருளுடன் இருக்கும். இன்னமும் பலவும் அவற்றைச் சொல்லும் நபர்களுக்கே அர்த்தம் புரியாதவையாக இருக்கும். பல இடங்களின் இந்தப் பெயர்கள் எப்படி வந்தன என்று தெரியாமல் இருந்திருக்கிறேன். அங்கிருக்கும் பூசாரிகளுக்கே இது தெரிவதில்லை. ஒவ்வொரு மாவட்டத்திலும் இந்தப் பெயர்கள் மாறுபடுகின்றன. ஓர் இடத்தில் வழிபடப்படும் கடவுளைப்பற்றி ஐந்து அல்லது ஆறு மைல் தூரத்தில் உள்ள அடுத்த ஊர்க்காரர்களுக்கே தெரிவதில்லை.

மேற்கு கரையோரத்தில் மசூலிப்பட்டினத்தில் இருக்கும் கிராமங்களில் இருக்கும் கடவுள்களின் பெயர்கள் இவை – முத்யாலம்மா – முத்துக்களின் அம்மன் (அம்மன் அல்லது அம்மா என்பது பெண் கடவுள்களைக் குறிப்பது); சின்னிடம்மா – வீட்டின் தலைவியான கடவுள்; செல்லலம்மா – மோர் கடைவதைக் காக்கும் கடவுள்; கண்டாலம்மா – மணிகளுடன் இருக்கும் தெய்வம்; யாபாரம்மா, வியாபாரம் செய்யும் கடவுள்; மாமிலம்மா – மாமரத்தின் அடியில் இருக்கும் தெய்வம்; கங்கம்மா – தண்ணீரைக் காக்கும் தெய்வம், பெரியம்மையில் இருந்து காக்கும் தெய்வமும் இதுவே.

மசூலிப்பட்டினத்தில் இருந்து இருபது மைல் தொலைவில் உள்ள கிராமத்தில் வழிபடப்படும் பதினைந்து கடவுள்களில், நான்கு

மட்டுமே மசூலிப்பட்டினம் கடவுள்களின் பெயர்களுடன் ஒத்துப் போகிறது. சில கடவுள்கள் அவர்கள் இருந்த கிராமப் பெயர்களாலேயே அழைக்கப்படுகிறார்கள். உ.தா அடங்கம்மா, அடங்கி என்ற ஊரில் இருந்தும், பண்டிலம்மா, பண்டில் என்ற இடத்தில் இருந்தும் வந்தவர்கள். இங்கு உபயோகிக்கப்படும் பொருள்களாலும் சில கடவுள்கள் அழைக்கப்படுகின்றனர். உ.தா. வானமலம்மா, மலைகளை முன்னிட்டும், பாலம்மா, வண்டிகளை முன்னிட்டும், சித்தாலம்ம, நீரை முன்னிட்டும் பெயரிடப் பட்டிருக்கிறார்கள்.

இங்கிருந்து மேற்கே உள்ள எல்லூர் மாவட்டத்தில், பெரும்பாலும் கங்கம்மா என்ற கடவுளே வழிபடப்படுகிறார். இவர் விஷ்ணுவின் மனைவியான மகாலட்சுமியின் அம்சமாகக் கருதப்படுகிறார். மேலும் சமலம்மா (காளியின் இன்னுமொரு பெயர்) மற்றும் போலேரம்மா என்னும் எல்லை காக்கும் கடவுளும், அங்கம்மா என்னும் காலரா மற்றும் நோய்களிலிருந்து காக்கும் கடவுளும் வழிபடப் படுகின்றனர்.

இதற்கும் மேற்கே உள்ள கடப்பா மற்றும் கர்நூல் மாவட்டங்களில் கிராம தெய்வங்கள் எல்லாம் பெத்தம்மா அல்லது சின்னம்மா என்றே அழைக்கப்படுகின்றனர். ஆனால் இந்த மாவட்டத்தின் பல கிராமங்களிலேயே இந்தக் கடவுள்கள் பற்றித் தெரிந்திருக்க வில்லை. இங்கே இந்தத் தெய்வங்கள் கங்கம்மா, போலம்மா என்றும் சுங்காளம்மா என்றும் அழைக்கப்படுகின்றனர். இன்னும் சில கிராமங்களில் பொட்டு ராஜுவும் அவரது ஏழு சகோதரிகளும் வணங்கப்படுகின்றனர். இந்த ஏழு சகோதரிகளின் பெயர்கள் கீழே வருமாறு – பெத்தம்மா, இசோண்டம்மா, மாரம்மா, அங்காளம்மா, நூக்கலம்மா, வசுகோட்டா, எல்லம்மா, அரிக்கம்மா.

காளியம்மா அல்லது காளி என்றழைக்கப்படும் கிராம தெய்வம் மட்டுமே வேதங்களில் பெயர் குறிக்கப்படும் ஒரே தெய்வமாகும். பிரபஞ்சத்தின் எட்டு சக்திகளில், காளி ஓர் அவதாரமாகும். மகிஷாசுரன் என்ற அரக்கன், சிவனிடம் பெற்ற வரங்களைக்கொண்டு பல தீய செய்கைகளைச் செய்து வந்தான். அந்த வரத்தினாலேயே அவனை எந்த ஆண் தெய்வங்களாலும் கொல்ல முடியாது. எனவே அவனை வதம் செய்வது காளியிடம் கொடுக்கப்பட்டது. காளி அவனைக் கொன்று கிராமத்தெய்வங்களில் ஒன்றாக ஆனாள்.

கடலூர் அருகே உள்ள தேவனாம்பட்டினத்தில் உள்ள மீனாட்சியம்மன் கோயிலுக்குச் சென்றிருந்தேன். கடலோரத்தில் உள்ள மணல்திட்டு ஒன்றில் இந்தக் கோயில் உள்ளது. இங்கே

கட்டடம் என்று எதுவும் இல்லை. 20க்கு 12 அடியில் ஓர் இடத்தில் மூன்று பக்கங்களிலும் களிமண் சிற்பங்கள் இருக்கின்றன. கடலை நோக்கிய மேற்குப்புறத்தில் எந்தச் சிற்பமும் இல்லை. கோயிலின் கிழக்குப்புறத்தில் கடலை நோக்கியபடி இரண்டு களிமண் சிற்பங்கள், ஆணும் பெண்ணும், பழைய பூமாலைகளை அணிந்தவாறு நடுவில் அமர்ந்திருக்கிறார்கள். இந்தச் சிலைகள் ஓர் அடி உயரத்தில் இருக்கின்றன. இவர்களுக்கு இரு புறமும் ஏழு கன்னியர்களின் களிமண் சிற்பங்கள் உள்ளன. இவர்களுக்கு முன்னும் பின்னும் இவர்களுக்குப் பாதுகாவலாகவும், இவர்களின் துணையாகவும் பல ஆண்களின் சிற்பங்களும் இருக்கின்றன. ஒவ்வொரு கன்னியரின் சிற்பங்களின் அருகே ஒரு பெரிய மீன் பெரிய கண்களோடு, தன் வாயைத் திறந்தபடி இருக்கிறது. இந்த மீன்களின் மேலும் ஓர் ஆண், பெண் சிற்பங்கள் இருக்கின்றன. இந்தக் கோயிலின் பூசாரி, இந்தப் பெண்தான் மீனாட்சி என்றும், ஆணின் பெயர் மதுரை வீரன் என்றும் கூறினார். இந்த மீன்களின் அருகிலும் களிமண்ணால் செய்யப்பட்ட ஆண் பாதுகாவலர்களின் சிற்பங்கள் உள்ளன. கோயிலின் வடக்கு மற்றும் தெற்கு புறங்களில் பல்வேறு குதிரை, யானைச் சிற்பங்கள் – சில குதிரைகளில் ஆண்களுடன் இருக்குமாறு உள்ளன.

இந்தத் திசையில் இந்தக் கோயில் சுமாராக இருபத்தி ஓர் அடி நீளமாக உள்ளது. இந்த யானைச் சிலைகளும் குதிரைகளுக்குத் தும்பிக்கை வைத்தாற்போல் கொஞ்சமே பெரியதாக உள்ளன. இந்தக் குதிரைகளும் அய்யனார் கோயில் குதிரைகள்போல திடகாத்திரமாக இல்லாமல், மீனாட்சிக்கும், ஏழு கன்னியருக்கும் துணைக்கு இருக்கவே சாதாரணமாக இருக்கின்றன.

ஒவ்வொரு வருடமும் நடக்கும் திருவிழாவில் ஆடுகள், சேவல்கள் முதலியவை பலியிடப்படுகின்றன. மீனாட்சியும், மதுரை வீரனும் அமர்ந்திருக்கும் இந்த மீனின் பெயரை 'உள்ளை மீன்' என்று கோயிலில் இருந்தவர்கள் கூறினர். தென்னாற்காடு மாவட்ட நீதிமன்றத்தில் இருக்கும் மொழிபெயர்ப்பாளர் என்னிடம் இந்த மீனின் பெயரை 'உள்ளான்' என்று கூறினார்.

உள்ளான், ஒரு கடல் மீனாகும். இந்த மீன் கடலில் இருந்து, ஆற்றின் முகத்துவாரம் வழியாக நுழைந்து, ஆற்றின் நீரோட்டத்தை எதிர்த்து பல மைல்கள் நீந்தி வரக்கூடியது. நன்றாகக் கொழுத்துக் காணப்படும் இம்மீனானது இப்பகுதி மக்களால் மிகவும் விரும்பிச் சாப்பிடப் படுகிறது. இந்த மீனின் மேல் அமர்ந்திருக்கும் மீனாட்சியே, மதுரையில் சிவபெருமானுடன் வழிபடப்படும் தெய்வமாகும். தமிழ்

நாட்டின் பெரும்பாலான கோயில்களில் இருக்கும் பெண் தெய்வங்களின் துணைவனாக இருப்பது மதுரை வீரனாகும். இவன் கோயில்களில் கூம்பு வடிவக் கல்லாகவோ, அல்லது ஒரு கல்லில் செதுக்கப்பட்ட சிற்பமாகவோ, கோயிலுக்கு வெளியே வைத்து வழிபடப்படுகிறான்.

இங்கிருக்கும் 'ஏழு கன்னியர்' அல்லது 'சப்த கன்னிகையர்' அல்லது 'ஆகாச கன்னிகையர்' என்று அழைக்கப்படுவது குளத்தங்கரை தெய்வங்கள் ஆகும். பெரும்பாலும் குளங்களின் கரையில் ஒரே கல்லில் உட்கார்ந்த நிலையில் செதுக்கப்பட்டு, குறிப்பாக கரை உடைபடும் இடங்களில் வைத்து வழிபடப்படும் தெய்வங்கள் இவர்கள். வட ஆற்காடு மாவட்டத்தில், இந்தக் கன்னியர்கள் தங்களுக்குள் சண்டையிட்டுக் கொள்பவர்களாகக் கருதப்படு கிறார்கள். இவர்கள் சண்டையிடும் நேரங்களில், தங்கள் கால்களால் உதைப்பதால் குளக்கரைகள் உடைவதாக இந்த மக்கள் நம்புகிறார்கள். அதே நேரத்தில் இவர்களே இந்தக் குளங்களைக் காப்பதாகவும் நம்பப்படுகிறது.

இந்தக் குளங்களில் நீர் நிறைந்து கரை உடைபடும் நிலைக்கு வரும்போது, இந்தக் கன்னியர் ஒரு சிறு குழந்தை வடிவம் கொண்டு கிராமத்திற்குள் நுழைந்து எல்லோர் வீட்டுக் கதவையும் தட்டி, கரையைக் காக்க வருமாறு மக்களை அழைப்பார்கள் என்றும் நம்பப்படுகிறது. சிலசமயங்களில், இந்தக் கரைகளில் சப்த கன்னியர் தங்கள் குதிரைகளுடனும், பந்தங்களுடனும் சுற்றி வருவதைச் சிலர் பார்த்துள்ளனர். ஆனால் இதைப்பார்த்த எவரும் உயிருடன் இருப்பதில்லை.

வட ஆற்காடு மாவட்ட நீதிபதி தன்னிடம் வந்த வழக்கு ஒன்றைப் பற்றிக் கூறினார். பங்காளிகள் இருவரிடையே நடந்த சண்டையில் ஒருவன், மற்றொருவனை ஒரு கரும்பால் தலையை உடைத்துக் கொன்றுவிட்டான். அந்தக் கிராம நீதிபதி முன் வழக்கு வந்தபோது, சப்த கன்னியர் ஊர்வலமாகப் போனதைப் பார்த்ததாலேயே அவன் மண்டை உடைந்து செத்ததாகக் கூறிவிட்டான். அந்த நீதிபதியும் அவன் இயற்கைக் காரணங்களாலேயே மரணித்ததாக வழக்கை முடித்துவிட்டார்.

தமிழ் நாட்டில் வணங்கப்படும் இன்னுமொரு தெய்வம் கூத்தாண்டவர் ஆகும். தென்னாற்காடு மாவட்டத்தில், கடலூர் அருகே உள்ள தேவனாம்பட்டினத்தில் இந்தக் கடவுளின் கோயில் ஒன்றைப் பார்த்தேன். செங்கல்லால் கட்டப்பட்டு, மூங்கில் மற்றும் தென்னம் பாளைகளால் கூரை வேயப்பட்ட சிறு கட்டடம். மூன்றடி

உயரத்தில், செவ்வண்ணம் பாய்ந்த முகத்துடன், இருபக்கமும் முறுக்கிவிடப்பட்ட மீசையுடன், சிங்கப்பற்கள், கூம்பு வடிவத்தில் பெரிதாக ஒரு கிரீடத்துடன் இருக்கும் கடவுள். இந்தச் சிலைக்கு முன் இன்னொரு பீடத்தில் ஒன்றரை அடி உயரத்தில் இந்தச் சிலையின் சிறு வடிவம். திருப்பாப்புலியூரில் சிலைகள் வடிவமைத்த சிற்பிகளே இந்த நேர்த்தியான சிலையையும் செய்ததாக இங்கிருப்பவர்கள் சொல்கிறார்கள். இந்தக் கோயில் பூசாரியின் நெற்றியிலும், இந்தச் சிலைகளின் நெற்றியிலும் விஷ்ணு நாமம் போடப்பட்டுள்ளது. இந்தக் கோயில் பூசாரி இந்தக் கடவுளின் பெயர் கூத்தாண்டவர் என்று சொல்லி, இந்தக் கோயிலின் புராணத்தைக் கூறினார்.

ஒரு பிராமணனைக் கொன்ற குற்றத்துக்காகச் சாபம் விடப்பட்டு, இந்திரன் இந்த உலகில் கூத்தாண்டவர் என்ற பெயரில் தோன்றினான். அந்தச் சாபத்தின் படி, அவன் பகலில் முழு உடலுடனும், இரவாகும் பொழுது உடல் முழுதும் அழுகித் தலை மட்டுமாகவும் மாறிவிடுவான். இதனால் யாரும் அவனைத் திருமணம் செய்துகொள்ள முன்வரவில்லை. இதைக் கண்டு இரங்கிய கிருஷ்ணர், மோகினி வடிவம் கொண்டு அவனை மணம் புரிந்தார். அவன் உடல் அழுகிய இரவில், தன் தாலியை அறுத்துக் கொண்டார். இதன் நினைவாக இன்னமும் சித்திரை மாதம் இந்தக் கோயிலில் திருவிழா கொண்டாடப்படுகிறது. பெண் வேடமிட்ட ஆண்கள் இந்தக் கோயிலுக்கு வந்து காலையில் தாலிகட்டிக் கொள்கின்றனர். இரவாகும் பொழுது, இந்தக் கடவுள் இறந்ததால் அந்தத் தாலியை அறுத்துக் கொள்கின்றனர். எனவே இந்தத் திருவிழா பகலில் மட்டுமே கொண்டாடப்படுகிறது.

ஆடுகளும், பறவைகளும் பலி கொடுக்கப்படும் இந்தத் திருவிழாவில் பிராமணரல்லாத எல்லா சாதியினரும் கலந்துகொள்கின்றனர். இங்குச் சிலர் கூத்தாண்டவர் என்ற பெயர் ஓர் அசுரனுடையதாகவோ, அரக்கனாகவே இருக்கலாம் என்றனர். ஆனால் கூத்தாண்டவர் நடிகர்கள் மற்றும் நடனம் ஆடுபவர்களின் கடவுள். இவர்கள் கூத்தாடிகள் என்று அழைக்கப்படுகின்றனர். தென்னாற்காடு, சேலம், கோயம்புத்தூர், சென்னை மாவட்டங்களில் எங்கெல்லாம் வன்னியர் அல்லது படையாட்சி சாதி மக்கள் இருக்கிறார்களோ, அங்கெல்லாம் கூத்தாண்டவர் கோயிலும் இருக்கிறது. ஆனால் இந்தக் கடவுளின் வழிபாடு மரியாதைக்குரியதாகக் கருதப்படுவதில்லை. ஆண்கள், பெண் வேடமணிந்து வருவதை இந்த சாதி மக்கள் மரியாதைக் குரியதாகக் கருதுவதில்லை. இந்தப் படையாச்சி சாதியின் படித்த இளைஞர்கள், பொருளாதார நிலையில் முன்னேறியவர்கள், கூத்தாண்டவர் வழிபாடு செய்வதில்லை.

மெட்ராஸின் கடற்கரையோரங்களில், சிறு மணற்குன்றின் மேல் ஒரு மூன்று இன்ச் அளவிற்குக் கூம்பு வடிவில் மண் குவிக்கப்பட்டு, அருகே வாசனை பத்தியும், கற்பூரமும் எரிவதைப் பார்த்திருக்கிறேன். அந்த கூம்பு வடிவ மண், கன்னியம்மா என்றழைக்கப்படும் இந்த மீனவர் கிராமத் தெய்வம். இங்கிருக்கும் மீனவர்கள் இந்தத் தெய்வமே தங்களுக்கு மீன் மூலமாக வாழ்வைத் தருவதாக நம்புகிறார்கள். மீன்கள் அருகிப்போகும் காலங்களில் இவ்வாறு சிறு கோயில்கள் செய்து அந்தக் கடவுளைச் சமாதானப்படுத்துவதாகச் சொல்கிறார்கள். இந்தச் சிறு கடவுள்கள் வழிபாட்டின் சாரமே இதுதான். கோபமான கடவுளைச் சாந்தப்படுத்துவது. நாள் முழுதும் கடலில் இருந்தும் மீன் ஏதும் பிடிக்காமல் திரும்பும்போது, ரோமன் கத்தோலிக்க மீனவர்கள் தங்கள் வலைகளில் புனித நீரைத் தெளிப்பதும் இத்தகைய ஒரு செயலே. தங்களின் வலைகளில் இருக்கும் ஒரு கெட்ட ஆவியை விரட்டுவதே இதன் நோக்கம்.

மைசூர் நாட்டில் இந்த வழக்கமான கடவுள்களின் பெயர்களில் இருந்து மிகவும் வேறுபாடான பெயர்களைக் கேட்டேன். பெங்களூருக்கு அருகில் ஒரு கிராமத்தில் இருக்கும் தெய்வத்தின் பெயர் மகேஸ்வரம்மா. இந்தத் தெய்வத்தின் இன்னொரு பெயர் சவாரம்மா (குதிரை சவாரி செய்பவள் என்று அர்த்தம்). அவளின் சகோதரி தொத்தம்மா மற்றும் சகோதரன் முனீஸ்வரனுடன் அருள்பாலிக்கிறாள். இன்னொரு கிராமத்தில் இருக்கும் தெய்வத்தின் பெயர் பூஜம்மா ஆகும். தெலுங்கு நாட்டின் தீண்டத்தகாதவர்களான மடுகர்களின் கடவுள் அவள் என்று சொல்லப்பட்டது. ஆனால் இந்தக் கோயிலில் சூத்திரர்களும் தங்களை நோயில் இருந்து காக்க வேண்டுதல் செய்கின்றனர். அந்த வேண்டுதலை எருமைகளைப் பலிகொடுத்தும், அலகு குத்தியும் நிறைவேற்றுகின்றனர். பெங்களூருவில் இருக்கும் ஐந்நூறு கோயிலில் அன்னம்மா என்ற பெயரில் இருக்கும் தெய்வம், அதே கோயிலில் இருக்கும் மற்ற சிறு தெய்வங்களான சண்டேஸ்வரம்மா, மாயேஸ்வரம்மா, மாரம்மா (காலரா தெய்வம்), உடலம்மா (வீங்கிய கழுத்திற்கு), கோக்கல்லம்மா (இருமல்), சுகாஜம்மா (மணல்வாரி மற்றும் பெரியம்மை) உடன் அருள் பாலிக்கிறாள்.

பெங்களூருக்கு அருகே உள்ள சில கிராமங்களில் இந்தத் தெய்வங்கள் கிராமதேவதைகள் என்றே அழைக்கப்படுகின்றன. மைசூர் நகரில் உள்ள ஒரு கிராம தேவதை ‘பிசல் மாரியம்மா’ என்று அழைக்கப்படுகிறார். கன்னடத்தில் பிசல் என்றால் வெயில் என்று பொருள். மாரி என்றால் சக்தி என்று பொருள். இந்தக் கோயில்களில் கூரை என்பதே இருப்பதில்லை. இந்தக் கடவுளை ஒரு பித்தளைப்

பானையில் தண்ணீர் நிரப்பி, அதைப் பார்த்தவாறு ஒரு சிறு கண்ணாடியும் வைத்து வழிபடுகிறார்கள். இது 'குன்ன கண்ணாடி' (கண் கண்ணாடி) என்றழைக்கப்படுகிறது.

மைசூரில் ஏழு மாரி தெய்வங்கள் வழிபடப்படுகிறது. இவர்கள் அனைவரும் சகோதரிகளாகும். இவர்கள் சிவபெருமானுக்குச் சகோதரிகளாகவோ, மனைவியராகவோ கருதப்படுகிறார்கள். இன்னும் சில மைசூர் கிராமங்களில் மஹாதேவ அம்மாவும், ஹுலியம்மாவும் (புலிகடவுள்) வழிபடப்படுகிறார்கள். இன்னமும் மைசூர் மாநிலம் முழுவதும் எண்ணிறைந்த கிராம தேவதைகள் பல பெயர்களில் தங்கள் கிராமங்களைக் கொள்ளை நோய்கள் மற்றும் பிற அழிவுகளில் இருந்து காத்துவருகிறார்கள்.

இந்தத் தெய்வங்கள் எல்லாம் ஆரம்பக் காலங்களில் ஊரம்மா அல்லது கிராமதேவதை அல்லது பெத்தம்மா (பெரிய அம்மா) போன்ற எளிய பெயர்களாலேயே அழைக்கப்பட்டு வந்திருக்கவேண்டும். பின்னாளில் அந்தக் கிராம மக்கள் பல்வேறு பெயர்களால் அழைக்க ஆரம்பித்திருக்க வேண்டும் என்றே நினைக்கிறேன். இந்தத் தெய்வங்கள் எல்லாம் நல்லவை என்றோ கெட்டவை என்றோ வகைப்படுத்த முடியாமலும், எந்த வித விளக்கங்களுக்குள்ளும் அடங்காமலும் இருக்கிறார்கள். மாரியம்மா மற்றும் அய்யனார் போன்றோர் தமிழ் மக்களின் மரியாதையும், பயத்தையும் பெற்றிருக்கிறார்கள். பிராமண ஆதிக்கம் இருக்கும் இடங்களில் இந்த வழிபாடுகளைச் சிவனுடனோ, விஷ்ணுவுடனோ இணைக்கும் முயற்சிகள் நடக்கின்றன. ஆனால் இந்தக் கடவுள்கள் சிவனுக்கோ விஷ்ணுவுக்கோ எந்தத் தொடர்பும் இல்லாதவர்கள். மக்களால் இப்போது புராணங்களுடன் இணைக்கப்பட்டு கூறப்படும் கதைகள் எல்லாம் பிற்காலத்தில் அந்த வழிபாட்டையும், விழாக்களையும் அர்த்தப்படுத்த எடுக்கப்பட்ட முயற்சிகள் என்றே கூறலாம்.

(ஆ) இந்தக் கடவுள்களின் குணங்கள் பெருமளவில் வேறுபடுகின்றன.

கிராம மக்கள் இந்தத் தெய்வங்களைத் தீய ஆவிகளாகப் பார்க்கவில்லை எனினும், இந்தத் தெய்வங்கள் பெரும் கோபத்துடன் மனித குணங்களுடன் இருப்பதாகவே நினைக்கின்றனர். கோகனடாவில் (இன்றைய காக்கிநாடா) ஒரு பூசாரி என்னிடம் 'நுகலம்மா' என்னும் கிராம தெய்வம் பற்றிக்கூறினார். தமிழில் 'அடிப்பது' என்ற பொருளுடைய பெயருடைய இந்தத் தெய்வம் எல்லாவிதத் துன்பங்களைத் தரக்கூடியதாகவும், ஒரு தீய

ஆவியாகவும் பார்க்கப்படுகிறது. ஆனால் காலரா வரும்போது, இந்த அம்மனின் சிலை அகற்றப்பட்டு அங்கே 'மாறிடியம்மா' என்ற இன்னொரு கடவுள் பூசிக்கப்படுகிறார். இதை 'நுகலம்மா' கோபமாக எடுத்துக்கொள்வார் என்றே நினைக்கிறேன்.

இதே கடவுளின் இன்னொரு அவதாரம் மகா காளியாகும். பெரும் கோபம் உடையவளாகக் கருதப்படும் இவளே காலரா நோய்க்குக் காரணமாகக் கருதப்படுகிறாள். வீர மாகாளி என்றும் உக்கிர மாகாளி என்றும் அவளின் கோபத்தின் பெயரால் அழைக்கப்படுகிறாள்.

கோயம்புத்தூரில் வணங்கப்படும் அங்காளம்மனும் இப்படியான கோபமான கடவுளே. அஷ்டச் சக்திகளை வணங்குபவர்கள் அனைவரும் நன்மை பெறுவார்கள் எனவும், ஏனையோர் அழிக்கப்பட்டுவிடுவார்கள் எனவும் நம்பப்படுகிறது. எனவே மக்கள் அவளது கோபத்திலிருந்து காத்துக்கொள்ளவே அவளை வணங்குகின்றனர். தன் பாதையில் குறுக்கிடுவோரை அப்படியே அவள் சாப்பிட்டுவிடுவதாக நம்பப்படுகிறது.

இதற்கு அப்படியே நேர்மறையான தெய்வம் காமாட்சி அம்மனாகும். பெரும் கருணையும், அன்பும் கொண்டவள் இந்த அம்மன். பிராமணப் பெண்ணாக பிறந்து ஓர் அஷ்டச் சக்தியின் அவதாரமாக ஆனவள் என்று சொல்கின்றனர்.

இதுபோன்ற இன்னுமோர் கருணையுள்ள அம்மன் 'திரௌபதியம்மன்' ஆகும். ஒரு முனிவரின் மனைவியாக வாழ்ந்ததால் அடுத்த பிறவியில் ஓர் அரசனின் மகளாகப் பிறந்தாள். துருபதன் என்னும் பாஞ்சால அரசன் புத்திர யாகம் பண்ணும்பொழுது அந்த நெருப்பில் இருந்து பிறந்தாள். பின்னாளில் பாண்டவர்களின் மனைவியாகப் பெரும் புகழ் அடைந்தாள். அஷ்டச் சக்திகளில் ஒருவராகக் கருதப்படுகிறாள்.

(இ) கிராம தெய்வங்களின் பணிகள் தெளிவாக வரையறுக்கப் படவில்லை.

தெலுங்கு நாட்டில் பல கிராமங்களில் இந்தக் கிராம தெய்வங்களின் பணிகள் அல்லது செயல்பாடுகள் என்ன என்பது தெளிவாக வரையறுக்கப் படவில்லை. மக்கள் பல இடங்களிலும் என்னிடம் சொன்னது, 'இது எல்லாமே ஒரே தெய்வத்திற்கு இருக்கும் பல பெயர்கள்' என்பதுதான். சில இடங்களில் காலராவிற்கான கடவுளாக அங்கம்மாவும், பெரியம்மையின் கடவுளாகக் கங்கம்மாவும் இருந்தாலும் எல்லா கிராம தெய்வங்களின் பணியும் கொள்ளை

நோயிலிருந்தும், பேரழிவுகளிலிருந்தும் மக்களைக் காப்பதே. இதற்கு மாறாக, தமிழ் நாட்டில் கோயம்புத்தூர், தஞ்சாவூர், திருச்சி போன்ற இடங்களில் பெரும் நாகரீகங்களும், பிராமணியத் தாக்கத்தாலும் இந்தத் தெய்வங்கள் தெளிவாக வரையறுக்கப்பட்டப் பணிகளுடனும், அவற்றின் தோற்றம் பற்றிய கதைகளுடனும், குணங்களுடனும் இருக்கின்றன. உதாரணமாக, எல்லாத் தமிழ் கிராமங்களிலும் வணங்கப்படும் பெரியம்மையில் இருந்து காக்கும் தெய்வம் மாரியம்மா அல்லது மாரி ஆகும்.

ஏழு கன்னியர் இருக்கும் கோயில்களில் மாரியம்மா இருப்பதில்லை என்பது குறிப்பிடத்தக்கது. மாரியம்மன் ஏழு கன்னியரை விடச் சக்தி வாய்ந்த கடவுளாகவும், அவர்களிலும் உக்கிரமான கடவுளாகவும் கருதப்படுவதே இதற்குக் காரணமாக இருக்கலாம். தஞ்சாவூர் மாவட்டத்தில் காளி என்று எல்லைக் கடவுளாக வழிபடப்படும் இந்தக் கடவுளின் பிரதானப் பணி, வெளியில் இருந்து கிராமத்திற்குள் எந்த தீயதும் நுழையாமல் பாதுகாப்பதே. ஏழு கன்னியரோ கிராமத்திற்குள் இருந்து எந்த தீயசக்தியும் எழாமல் பார்த்துக் கொள்கிறார்கள். ஏழு கன்னியருடன் இருந்து தனித்தே இருந்தாலும், தென்னாற்காடு மாவட்டத்தில் ஒரு கோயிலில் கன்னியம்மா (மாரியம்மனின் இன்னொரு பெயர், பெரியம்மையிலிருந்து காப்பவள்) தனது ஏழு சகோதரர்களுடன் இருக்கிறாள். இந்த ஏழு சகோதரர்களில் இளையவரான முனி (ஆவி) அமர்ந்த நிலையில் ஓர் உயரமான சிலையாகவும், ஏனைய சகோதரர்கள் அதைச் சுற்றி நின்ற நிலையில் சிறிய சிலைகளாகவும் இருக்கிறார்கள்.

தஞ்சாவூர், திருச்சி மற்றும் கடலூர் முதலான தமிழ் மாவட்டங்களில் உள்ள கிராம தெய்வங்கள் – மாரியம்மா, காளி, செல்லியம்மன், திரௌபதி, அங்காளம்மன் – அனைவரும் பொதுவாக பிடாரி என்றே அழைக்கப்படுகின்றனர். இதில் மாரியம்மன் பெரியம்மையில் இருந்து காப்பாற்றும் தெய்வமாகவே இருக்கிறாள். பிடாரி எல்லா தீய ஆவிகளிடமிருந்தும், காலரா போன்ற கொள்ளை நோய்களிடமிருந்தும் காப்பவளாக இருக்கிறாள்.

காடுகள் மற்றும் ஆளரவமற்ற பகுதிகளில் திரியும் கெட்ட ஆவிகள் மற்றும் காட்டு மிருகங்களிடமிருந்து காக்கும் கடவுள் காளி ஆகும். அவள் பறவைகள் பிடிப்பவரின் இஷ்ட தெய்வமாகவும், சில கிராமங்களில் காலராவில் இருந்து காக்கும் கடவுளாகவும் இருக்கிறாள். தஞ்சாவூர் அருகே உள்ள சில கிராமங்கள் தவிர வேறு இடங்களில் காளி எல்லைக் கடவுளாகப் பார்க்கப்படுவதில்லை. கிராம எல்லையில் இருக்கும் எல்லைக் கல்லிற்கு நடக்கும் சில

வழிபாடுகளை நான் பார்த்திருக்கிறேன். இந்த எல்லைக் கல்லில் தீய ஆவிகள் இருப்பதாகவும், அவற்றைச் சாந்தப்படுத்தவே இந்த வழிபாடுகள் என்றும் கேள்விப்பட்டேன். இன்னொரு கிராமத்தில் இந்த எல்லைக் கடவுள் எல்லைப்பிடாரி என்று அழைக்கப்படுகிறார்.

(ஈ) ஆண் தெய்வங்கள்

மாரியம்மனுக்கு அடுத்தபடியாகத் தமிழ்நாடு எங்கும் வழிபடப்படும் கிராம தெய்வம், அய்யனார் ஆகும். கிராம தெய்வங்கள் எல்லாம் பெண்கள் என்கிற விதிக்கு ஒரு பெரிய விதிவிலக்கு அய்யனார். தமிழ்க் கிராமங்கள் எல்லாவற்றிலும் ஓர் அய்யனார் கோயிலைப் பார்க்கலாம். கிராமத்தின் பாதுகாவலன் என்று கருதப்படும் அய்யனார் ஒவ்வொரு இரவிலும் ஒரு குதிரையில் ஏறி ஊரைச் சுற்றிவந்து தீய ஆவிகளிடமிருந்து காப்பதாக கிராம மக்கள் நம்புகின்றனர். முனியாண்டி அல்லது மதுரை வீரன் போலல்லாது அய்யனார் ஒரு தனிக்கோயிலில் இருக்கிறார். அவரது கோயிலில் களிமண் அல்லது கான்கிரீட் குதிரைகள் நிறைந்து காணப்படும். இந்தக் குதிரைகள் பக்தர்களால் வழங்கப்படுவது. இரவில் அய்யனார் ஊரைச் சுற்றிவரும் குதிரைகள் இவை என்பது பக்தர்களின் நம்பிக்கை. மதுரை வீரனைப் போலல்லாமல் அய்யனார் ஒரு நல்ல, கருணைமிக்கக் கடவுளாகக் கருதப்படுகிறார்.

இதுபோன்றே சில இடங்களில் தனிக் கோயிலில் வணங்கப்படும் இன்னொரு கடவுள், கருப்பண்ணன் சாமி ஆகும். இவர் கிராம தெய்வங்களின் பாதுகாவலனாக இருந்தாலும், சில இடங்களில் தனிக்கோயிலில் இருந்தும் வழிபடப்படுகிறார். இன்னொரு இடத்தில், தீய ஆவி இருக்கும் எல்லைக்கல் 'எல்லை கருப்பு' என்று அழைக்கப்படுகிறது.

திருச்சி மாவட்டத்தின் ஒரு கிராமத்தில் 'ராஜா வயன்' என்ற ஆண் கடவுளைக் கண்டேன். இந்தக் கடவுள், ஒரு புளியமரம் மற்றும் பாக்கு மரத்தின் கீழ் ஐந்து அல்லது ஆறு அடி உயரமுள்ள வேல் கம்புகள் வைக்கப்பட்டு வணங்கப்படுகிறார். இதுபோன்றே தெலுங்கு நாட்டில் ஓரிடத்தில் பொட்டு ராஜு வணங்கப்படுவது எனக்கு நினைவுக்கு வந்தது. பறையர் சமூகத்தினருக்குச் சொந்தமான ஒரு கோயிலில் எல்லாமே ஆண் தெய்வங்களாக இருந்தது. இந்த ஆண் தெய்வங்கள் எல்லாம் பெண் தெய்வ வழிபாட்டின் பின்னர் வந்ததா, அல்லது வேறொரு திராவிடப் பண்பாட்டில் இருந்து வந்ததா என்று சொல்வது கடினமானது.

படம் 1 : கிராம தேவதைக் கோயில்

படம் 2 : கோயிலின் உள்ளே கற்கள் தெய்வச்சின்னங்களாக

படம் 3 : கிராம தேவதைக் கோயில்

படம் 4 : அய்யனார் கோயில் களிமண் குதிரைகள்

அத்தியாயம் – 3

வழிபாட்டு மரபு

கோயில்கள்

இந்தக் கிராம தெய்வங்களின் கோயில்கள் எல்லாம் ஒன்று போலவோ அல்லது அழகு மிக்கதாகவோ இல்லை. இந்தக் கோயில்கள் எல்லாம் ஒரு சிறு கிராமத்தின் நலனைக் காக்கும் சிறு தெய்வங்களின் கோயில்கள். எனவே, அவை எல்லாம் பயத்தைக் கொடுப்பதாக இருக்கின்றன. தமிழ் நாட்டில் இருக்கும் சில கோயில்கள், மிகப் பெரியதாகவும்,ஏராளமான சிற்பங்களுடன், சிவா, விஷ்ணு கோயில்களின் அளவிற்கு இருக்கின்றன. அய்யனார் கோயில்கள் பெரிதும் சிறியதுமான குதிரைச் சிற்பங்களுடன் இருக்கின்றன.

ஆனால் பெரும்பாலான இந்தக் கோயில்கள் சிறு செங்கல் கட்டடங்களே. மூன்று அல்லது நான்கு அடிச் சுற்றுச்சுவருடன் ஒரு கல்லில் செதுக்கிய மூலவர் சிற்பத்துடன் இருக்கின்றன. இன்னும் பல கிராமங்களில் ஒரு மரத்தின் அடியில் உள்ள மேடையில் கற்களும், வேல் கம்புகளும் இந்தத் தெய்வங்களைக் குறிக்கின்றன. இன்னமும் சில இடங்களில் ஒரு பெரிய கல், மரத்தின் அடியிலோ அல்லது ஒரு வெட்டவெளியிலோ நடப்பட்டு அது இந்தக் கடவுளரைக் குறிக்கிறது. கிராமத்தின் எல்லைக் கல்லும், கடவுள் உறையும் இடமாகக் கருதப்பட்டு, அதுவும்கூட கோயில் எனச் சொல்லப்படலாம்.

தெலுங்கு நாட்டில் பெரும்பாலும் கோயில் என்பதே இல்லை. திருவிழா நேரங்களில் ஒரு மூங்கிலால் செய்யப்பட்டு துணி

போர்த்தப்பட்ட ஒரு கடவுள் சிலை வைக்கப்படுகிறது. இதுவே இந்தக் கிராம தெய்வங்களை வழிபட்ட ஆதிமுறையாக இருக்க வேண்டும். நிலையான கோயில் என்பது பிற்காலத்தில் தோன்றியதாக இருக்கவேண்டும். தனிப்பட்ட நபர்கள் சாதாரண நேரங்களிலும் கும்பிடவும், நேர்ந்துகொள்ளவும் வேண்டி வந்ததால், கிராம மக்கள் பின்னாளில் நிலையான கோயில்களை எழுப்பி இருக்கவேண்டும்.

சின்னங்கள்

இந்தத் தெய்வங்களின் பெயர்களைப்போலவே, இவற்றைக் குறிக்கும் சின்னங்களும், உருவங்களும் பல்வேறுபட்டவையாக இருக்கின்றன. சில கிராமங்களில் சிலையோ அல்லது ஒரு சின்னமோ, உருவமோ எதுவுமே இருப்பதில்லை. திருவிழாக் காலங்களில் உள்ளூர் குயவரோ, தங்க ஆசாரியோ ஓர் உருவம் செய்து வழிபடுகிறார்கள். திருவிழா முடிந்ததும் ஊர் எல்லை தாண்டி அந்த உருவத்தை எறிந்துவிடுகிறார்கள்.

இன்னமும் சில கிராமங்களில் வெட்டவெளியிலோ, மரத்தடியிலோ அல்லது ஒரு சிறு கட்டடத்திலோ, ஒரு பெரிய கல் மட்டுமே இருக்கிறது. இன்னமும் பல இடங்களில் இந்தக் கடவுள்கள் ஓர் ஐந்து அல்லது ஆறு இன்ச் உயரம் உள்ள கூம்பு வடிவக் கற்களாக வழிபடப்படுகிறது. இந்தக் கற்கள், கிராம தெய்வங்கள் மற்றும் அவற்றின் ஆண் பாதுகாவலர்களைக் குறிப்பதில் எந்த விநோதமும் தெரிவதில்லை. இன்னமும் சில இடங்களில் இந்தக் கற்கள் இரண்டு, நான்கு, ஆறு, எட்டு கைகளுடன் ஒரு பெண்ணாகச் செதுக்கப் பட்டுள்ளது.

திருச்சி மாவட்டத்தில் நான் பார்த்த ஒரு சிலை இப்படி இருந்தது. இரண்டரை அடி உயரம் உள்ள ஒரு பெண்ணின் சிலை. எட்டு கைகளும், அந்தக் கைகளில் ஒரு கத்தி, கேடயம், மணி, ஓர் அசுரனின் தலை, ஓர் உடுக்கை, திரிசூலம், கோல் மற்றும் ஒரு கயிறு இருக்கிறது. இதே கடவுளின் இன்னொரு சிலை ஐம்பொன்னில் செய்யப்பட்டு ஒரு சிவன் கோயிலில் இருந்தது. தமிழ் கோயில்களில் கோயிலின் உள்ளே ஒரு மூலவர் சிலையும், திருவிழாக் காலங்களில் ஊர்வலம் செல்வதற்கு ஒரு சிறு உற்சவர் சிலையும் இருப்பது இயல்பாகும்.

மேலும், பெண் தெய்வங்கள் நீர் நிரப்பப்பட்டு, வேப்பிலைகளால் அலங்கரிக்கப்பட்ட பித்தளைப் பாத்திரங்களாலும் குறிக்கப் படுகின்றனர். தஞ்சாவூர் மாவட்டத்தில் உள்ள ஷ்யாலியில் உள்ள காளியம்மன் கோயிலில் இது போன்ற ஒரு பித்தளைப் பானையைப்

பார்த்தேன். ஓர் அடி உயரத்தில், நான்கு வேப்பிலைக் குலைகளுடன் இருந்தது. ஊர்வலத்தில் எடுத்துச் செல்லச் சிலைகள் இல்லாத இடங்களில் இதுபோன்றே மண் பானையில் நீர் நிரப்பி, வேப்பிலையால் அலங்கரித்து எடுத்துச் செல்கின்றனர்.

திருச்சி அருகில் இருங்களூரில் உள்ள குரும்பையம்மன் கோயிலில் எந்தச் சிலையோ, கல்லோ ஏதும் இல்லை. திருவிழாவின்போது இலைகளால் ஒரு சிறு பந்தல் அமைத்து, அதன் உள்ளே ஒரு சிறு மண்பானை வைக்கப்படுகிறது. இந்தப் பானையில் நீர் நிரப்பி, உள்ளே ஒரு வெள்ளி இரண்டணா போடப்படுகிறது. இந்தப் பானையைச் சுற்றி தென்னம்பாளை மற்றும் அரளி இலைகளால் அலங்கரிக்கப்படுகிறது. அதன் மேல் மாவிலைகள் கட்டப்பட்டு, இது எல்லாமும் வாழை நார்களால் இறுகக் கட்டப்படுகிறது. இதன் மேல் பூக்கள், எலுமிச்சை குத்திய ஒரு மூங்கில் குச்சி போன்றவை வைக்கப்பட்டு, அந்த எலுமிச்சையின் அருகே ஒரு வெள்ளிக் கைப்பிடியுடன் கூடிய வெள்ளிக்குடை வைக்கப்படுகிறது. ஒரு சிறு மணல் குன்றில், சுமார் எட்டு படியளவு அரிசி குவிக்கப்பட்டு அதன் மேல் இந்தப் பானை வைக்கப்படுகிறது. இதைக் கரகம் என்று கூறுகிறார்கள்.

ஊருக்கு ஒரு மைல் வெளியே உள்ள குரும்பையம்மன் கோயிலில் இந்தக் கரகம் செய்யப்பட்டு திருவிழாக் காலங்களில் அம்மனாகவே நினைக்கப்பட்டு, கோயில் பூசாரியின் தலையில் வைக்கப்பட்டு ஊர்வலமாக இசைக்கருவிகள் முழங்க எடுத்து வரப்படுகிறது. இதற்கு, பூக்களும் பழங்களும் படைக்கப்படுகின்றன. வெள்ளாடுகள் பலி கொடுக்கப்படுகின்றன. மக்கள் இதன் முன் விழுந்து வணங்குகிறார்கள்.

இந்தக் கரகத்தின் பயனையும் நாம் நோக்க வேண்டும். எப். ஜே. ரிச்சர்ட்ஸ் இது பற்றி இவ்வாறு கூறுகிறார்:

> 'காலரா அம்மன் வண்ணானின் அன்னையாகக் கருதப்படுகிறாள். எனவே ஊர் வண்ணான் பூசாரியாக இருக்கிறார். மகனாலேயே அன்னையின் கோபத்தைத் தணிக்க முடியும் என்பது நம்பிக்கை.
>
> 'ஒரு கரகம் செய்யப்பட்டு, அதிகாலையில் எழுந்து குளித்து வரும் வண்ணானின் தலையில் அந்தக் கரகம் வைக்கப்படுகிறது. ஒரு கையில் அரிவாளும், இன்னொரு கையில் வேப்பிலையும் பிடித்துக்கொண்டு ஊருக்குள் ஆடிக்கொண்டே அவர் நுழைகிறார். ஊர்வலம் நடப்பதற்கு முன் ஊர் மக்கள் எல்லோரும் ராகி கஞ்சி செய்து, அதைப் பெரிய இரும்பு வாளிகளில்

நிரப்புகின்றனர். இந்த வாளிகளில் இருந்து ஊரில் இருக்கும் ஏழைகளுக்குக் கஞ்சி வழங்கப்படுகிறது. இந்த உணவு வழங்கும் இடத்தில் வண்ணான் நடனம் ஆடுகிறார்.

அந்தி சாயும் நேரம் ஊர்வலம் ஊருக்குள் வலம் வர, ஊரின் முக்கிய இடங்களில் செம்மறி ஆடுகள் பலி கொடுக்கப்பட்டு, அதன் ரத்தம் மண் பாத்திரங்களில் பிடிக்கப்படுகிறது. கிராம இசைஞர்கள் சூழ, நடனமாடிக்கொண்டே வண்ணான் கரகத்துடன் ஊரைச் சுற்றி வருகிறார். ஊரின் எல்லையில் கரகத்தையும், பலி கொடுக்கப்பட்ட ஆடுகளின் ரத்தத்தையும் வைத்துவிட்டு, குளித்துவிட்டுத் திரும்பிவிடுகிறார். இதனால் அம்மனின் கோபத்தைத் தணித்துவிடுவதாக நம்புகின்றனர்.

இதற்குப் பிறகும் காலரா தொடர்வது, வண்ணான் சிரத்தை இல்லாமல் கரகமாடுவதால் என்றும் நம்பப்படுகிறது. ஆடுகள் மட்டுமே, தலைகள் வெட்டுப்பட்டுப் பலி கொடுக்கப் படுகின்றன. இதன் மூலம் அம்மனின் கோபம் தணிந்து விடுகிறது. ஊரின் எல்லையில் வைக்கப்பட்ட கரகம் அடுத்த கிராம மக்களால் அடுத்த கிராம எல்லைக்கு எடுத்துச் செல்லப்படுகிறது. இப்படியாகக் கரகம் பல மைல்கள் பயணம் செய்து, அம்மனின் கோபம் பல மைல்களுக்கு அப்பால் சென்றுவிடுகிறது.'

இன்னொரு கிராமத்தில், காளியம்மன் நீரில்லாத வெறும் ஏழு பித்தளைப் பானைகளால் குறிப்பிடப்படுவதைப் பார்த்தேன். இந்த ஏழு பானைகளும் ஒன்றின் மேல் ஒன்றாக வைக்கப்பட்டு, மேலே இருக்கும் பானை வேப்பிலைகளால் அலங்கரிக்கப்பட்டு இருந்தது. அதில் ஒரு சிறு மண் பானையில் நீர் நிரப்பி, வேப்பிலைகளால் அலங்கரித்திருந்தனர். இந்த ஏழு பானைகள் ஏழு சகோதரிகள் அல்லது ஏழு கன்னியரைக் குறிக்கலாம். அங்கிருந்த மக்களுக்கு இது எதற்கு என்று தெரியவில்லை. இதுவே குல வழக்கம் என்று கூறிவிட்டனர்.

மைசூர் நகரில், மேலே கூறியவாறு, அம்மனை, ஒரு பானையில் நீர் நிரப்பி, ஒரு சிறு கண்ணாடியுடன் வைத்திருப்பதைச் சொல்லி இருந்தேன். அந்தப் பானையின் வாயில், இரண்டு அல்லது நான்கு அல்லது ஆறு வெற்றிலைகளும், ஒரு தென்னம் பூவும் வைக்கப்படுகிறது. இது 'குன்னக்கண்ணாடி' (கண் கண்ணாடி) அல்லது 'கலச' என்று அழைக்கப்படுகிறது. பிராமணர்களின் சடங்குகளில் இதுவே அம்மனைக் குறிப்பிடுகிறது. மைசூரின் கிராம தெய்வங்கள் வழிபாட்டில் சூரிய வழிபாட்டின் தாக்கம் வெகுவாக இருப்பதால், இதுவும் அவ்வாறான ஒரு பழக்கமாகவே இருக்கவேண்டும்.

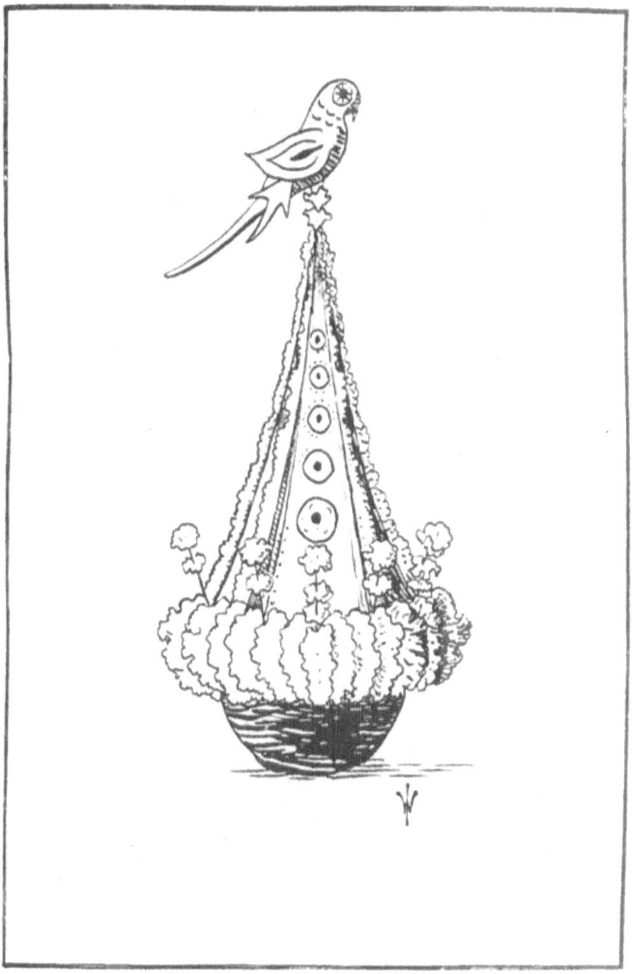

படம் 5 : கரகம்

படம் 6 : ஆரத்தியுடன் பூசாரி

படம் 7 : பொட்டு ராஜு கோயில். மிருகங்களின் கழுவுடன்.

மைசூரில் அதிகம் பயன்படுத்தப்படும் இன்னொரு சின்னம் 'ஆரத்தி' எனப்படுவது. அரிசி மாவினால் ஓர் ஆறு அல்லது எட்டு இன்ச் உயரத்தில் ஒரு விளக்கு செய்யப்படுகிறது. அதன் ஒருபுறத்தில் வெள்ளித் துண்டுகளால் கண், மூக்கு, வாய் போன்றவற்றைக் குறிப்பிட்டு வைக்கப்பட்டு குங்குமமும் வைக்கப்படுகிறது. இதைச் சுற்றி தூப பத்திகள் வைக்கப்பட்டு, அதன் மேலே நான்கு வெற்றிலை வைக்கப்பட்டு, அதைச் சுற்றி பூக்களால் அலங்கரிக்கப்படுகிறது. நான் மைசூரில் இருந்தபோது அங்கிருந்த பூசாரிகள் எனக்கு ஓர் ஆரத்தியைக் கொண்டுவந்து காட்டினர். அது பழைய நாட்களின் அறுவடை விழாக்களில் இருக்கும் ஒரு பொருள் போல விசித்திரமாக இருந்தது.

கிராம தெய்வங்களைக் குறிக்கும் இன்னொரு எளிமையான சின்னம் ஒரு குச்சி அல்லது ஈட்டி போன்ற வேல் கம்பு ஆகும். தமிழ் நாட்டில் பல இடங்களில் ஒரு மரத்தின் கீழே இரும்பு வேல் கம்புகள் நட்டு வைத்திருப்பதைக் காணலாம். தெய்வத்தின் ஆயுதங்கள் அந்தத் தெய்வத்தைக் குறிப்பவை என்பதாக இருக்கலாம். தெலுங்கு நாட்டில் பொட்டு ராஜு, ஒரு கூரான குச்சியாலோ அல்லது ஒரு கல்லாலோ குறிக்கப்படுகிறார். இந்தக் குச்சி நான்கு அல்லது ஐந்து அடி உயரத்தில் சீராக கூர் செய்யப்பட்டிருக்கும். ஓர் ஈட்டியைப்போல் இருக்கும் இது, சூலம் (தெலுங்கில் ஈட்டி என்று பொருள்) என்றழைக்கப்படுகிறது. சில சமயம் ஒரு கல்லின் அருகில் இந்தச் சூலம் வைக்கப்படுகிறது.

இன்னொரு கிராமத்தில் மூன்றடி உயரத்தில் கையில் வாளுடன், உட்கார்ந்த நிலையில் மரத்தில் செதுக்கப்பட்டு பொட்டு ராஜு இருக்கிறார். கைகளில் எலுமிச்சையும், அவரது சகோதரியான எல்லம்மாவிற்கு ஒன்பது கண்ணாடி வளையல்களும் வைத்திருக் கிறார். இரண்டு கால்களுக்கு அருகிலும் சேவல் சிலைகளும் இருக்கின்றன. ஒரு பெரிய வண்ணம் பூசிய முகமூடியும் இருக்கிறது. திருவிழாக் காலங்களில் பூசாரி இந்த முகமூடியை அணிந்துகொண்டு பொட்டு ராஜுவின் சிலையைச் சுற்றி ஆடுவார். ஆனால் இதுபோன்ற சிலைகள் பொட்டு ராஜுவுக்குப் பொதுவாக வைப்பதில்லை.

இந்த வேல் கம்பு, ஈட்டிகள் போன்ற இன்னொரு சின்னம் நட்டான் கல் என்று தமிழ்நாட்டில் அழைக்கப்படுகிறது. நட்டான் என்பதற்கு 'நட்டு வைப்பது' என்று பொருள். திருமணம் நிச்சயிக்கப்படும் போது முதலில் நட்டான் கல்லிற்குச் சிகப்பு, வெள்ளை வண்ணம் பூசி, தேங்காய், பூக்கள் வைத்து வழிபடப்படுகிறது. எந்தக் கடவுளை இது குறிக்கிறது என்பது தெளிவாக இல்லை.

இந்தப் புத்தகத்தின் முதல் பதிப்பிற்கு ஜனவரி 1917இல் விமர்சனம் எழுதிய 'Indian Interpreter' என்ற பத்திரிக்கை 'இந்த நட்டான் கல் பற்றி கூறுவது இது: 'இது அந்த மாவட்டத்தில் உள்ள எல்லா நாடுகளையும் பிரதேசங்களையும் குறிக்கிறது. அதனாலேயே திருமணத்தின்போது வழிபடப்படுகிறது. மக்கள் அதிகமாக இருக்காத பழைய நாட்களில் எல்லோரும் திருமணத்திற்கு வருவதற்காகவே இந்தக் கல் வைக்கப்பட்டது. அந்தக் காலம் தாண்டியவுடன் இந்தக் கல்லிற்கு வேறு ஒரு காரணம் கற்பிக்கப்பட்டது. ஓர் இனக்குழுவைக் குறிப்பதாக மாற்றப்பட்டு வணங்கப்பட்டது.'

தெலுங்கு நாட்டில் ஒரு கிராமத்தைத் தோற்றுவிக்கும்போது நடுவில் நடப்படும் 'பொத்து ரயீ' என்றழைக்கப்படும் தொப்புள் கல்லைப் போன்றதாக அந்த நிலத்தின் அருமையைக் குறிப்பதற்கு இருக்கலாம். இந்த நட்டான் கல், திருமணத்திற்காக வழிபடப் படுவதால் இது பிள்ளைப் பேற்றுக்கு வழிபடப்படும் ஒரு படைப்பாற்றல் சின்னமாகவும் இருக்கலாம்.

கற்களும், கம்புகளும் எப்படி இந்தக் கடவுள்களைக் குறிக்க ஆரம்பித்தன என்பதுபற்றி விளக்குவது எளிதானதல்ல. எனக்குத் தெரிந்த விளக்கத்தை இந்தப் புத்தகத்தின் பிற்பகுதியில் கொடுத்திருக்கிறேன். ஆனால் எல்லா விளக்கங்களும் நம் கருதுகோள்கள் மட்டுமே.

மைசூர் மாநிலத்தில் உள்ள கோகில்லு கிராமத்தில் உள்ள கோயிலும், சிற்பங்களும் இந்தப் பகுதியின் கலைக்கு ஒன்றியிருக்கின்றது. கிராமத்தின் ஓர் எல்லையில், ஒரு குளத்தின் அருகே பூஜாம்மாவின் கோயில் உள்ளது. அதன் கல் தூண்களில் நாகங்களின் சிற்பங்கள் உள்ளன. கோயிலின் உள்ளே எந்தச் சிற்பமோ, உருவமோ இல்லை. கதவின் இடப்புறத்தில் உள்ள மேடையில், ஒரு சிறு அகல் விளக்கு, பூக்களால் அலங்கரிக்கப்பட்டு எரிந்துகொண்டிருக்கிறது.

வலப்புறத்தில் டலம்மா என்னும் கடவுளின் சன்னதி உள்ளது. இந்தக் கிராமத்தில் எவருக்கும் இந்தத் தெய்வத்தின் பெயரின் அர்த்தமோ அல்லது கதைகளோ எதுவும் தெரியவில்லை. இங்கு விளக்கோ அல்லது சிலையோ, எந்தச் சின்னமும் இல்லை. ஒரு படச் சட்டகம் – எந்தப் படமும் இல்லாமல் – ஒரு புறம் தொங்குகிறது. கதவின் அருகில் அரை அடிக்கு ஓர் அடியில் ஒரு தொட்டி, பக்தர்கள் தேங்காய் உடைப்பதற்கு இருக்கிறது.

இந்தக் கோயிலின் முன் ஒரு சிறு மண்டபம் உள்ளது. நடுவே ஒரு சிறு கல் மேடை இருக்கும் இவ்விடத்தில் திருவிழாக் காலங்களில்

ஒரு கூரை வேயப்பட்டு, ஓர் அகல் விளக்கு இந்தக் கடவுளின் ரூபமாக வைக்கப்படுகிறது. மற்ற நாட்களில் ஆடு, மாடுகள் இங்கே கட்டப்பட்டு உள்ளன. இங்கிருந்து சற்றுத் தள்ளி ஓர் இருபது கஜ தூரத்தில் ஐந்து அடி உயரம், மூன்று அடி அகலத்தில் ஒரு கால்நடைக் கல் இருக்கிறது. கால்நடைகளுக்குக் கால் புண் வரும் போது இந்தக் கல்லில் தயிர் ஊற்றி வேண்டிக் கொள்கிறார்கள்.

அங்கிருந்து சிறிது தூரத்தில், வீடுகளுக்கு அப்பால், ஒரு வெட்டவெளியில் ஐந்து அடி உயரம், அரை அடி அகலத்தில் ஒரு தூண் இருக்கிறது. பெரியம்மை மற்றும் இதரக் கொள்ளை நோய்களுக்கான மாரம்மா என்ற தெய்வம் இது. ஹெதன என்ற கிராம மக்கள் கொண்டு வந்ததால், இந்தக் கடவுள் மாரம்மா – ஹெதன என்றும் அழைக்கப்படுகிறாள். கொள்ளை நோய்கள் வரும் காலங்களில் எருமைகளும், ஆடுகளும் பலியிடப்படுகின்றன.

இந்த ஊரில் உள்ள கிராம தேவதைக்கு என்று ஓர் உருவமோ, பெயரோ கிடையாது. ஒவ்வொரு அறுவடைக்குப் பிறகு நடக்கும் திருவிழாவிற்கு ஊரின் தங்க ஆசாரியானவர் ஒன்று, ஒன்றரை அடி உயரத்தில் களிமண்ணால் ஒரு பெண்ணின் சிலையைச் செய்து ஊரின் நடுவே, பச்சைக் கிளைகளின் நடுவே வைத்துவிடுகிறார்.

இந்தத் திருவிழாவின் முதல் நாளில் ஒவ்வொரு வீட்டில் இருந்தும் ஒரு பெண் அரிசி மாவில் விளக்கு ஒன்று செய்து வந்து வட்டமாக நின்று தலைக்கு மேல் ஆரத்தி எடுக்கின்றனர். திருவிழா முடிந்தவுடன், பூசாரியாக இருக்கும் வண்ணான் இந்தச் சிலையை எடுத்துக்கொண்டுபோய் ஊர் குளத்தில், எல்லா கிராமத்தவர்கள் முன்னிலையில் நீரில் வைத்துவிட்டுத் திரும்பி விடுகிறார். இந்தப் பகுதியின் சில கிராமங்களில் பெண்களுக்குப் பதிலாக வீட்டின் மூத்த ஆண்மகன் ஆரத்தி காட்டுகிறார். இந்தப் பகுதியின் திருவிழாக்களில் ஆரத்தி காட்டுவது என்பது ஒரு முக்கியமான சடங்காக உள்ளது.

பூசாரிகள்

இந்தக் கிராம தெய்வ வழிபாட்டில் ஓர் அம்சம், இதற்கு என்று ஒரு சாதி இல்லாதது. கிராமத்தின் இதர எல்லா வேலைகளும் ஒரு குறிப்பிட்ட சாதியினரால் செய்யப்படுகிறது. சிவ, விஷ்ணு கோயில்களில் பிராமணர்களே எல்லா சடங்குகளும் செய்கின்றனர். ஆனால் கிராம தெய்வ வழிபாட்டில் பூசாரிகள் எல்லா கீழ் சாதிகளில் இருந்தும் வருகிறார்கள். ஆனால் ஒரு கிராமத்தின் அந்தக் கிராம தெய்வத்திற்கு ஒரு குறிப்பிட்ட சாதியினரே பூசாரியாக இருக்கிறார்கள்.

சில இடங்களில் கிராம தேவதைக் கோயில்களில் ஓர் பிராமணப் பூசாரி இருப்பதைத் தமிழ்நாட்டில் பார்த்திருக்கிறேன். முன்னமே சொன்னதுபோல, இவர் மிருக பலிகளில் பங்கெடுப்பது இல்லை. தெலுங்கு நாட்டில் கீழ் சாதி சூத்திரர்களான குயவர்களும், வண்ணார்களும் பூசாரிகளாக இருக்கின்றனர். அதுபோலவே எருமைப்பலிகளில் மாலா மற்றும் மடிக சாதியினர் ஒரு முக்கியப் பங்கு வகிக்கின்றனர்.

எருமைப்பலியின்போது, எருமையைக் கொல்வதும், பின் அந்த ரத்தத்தைச் சுற்றியுள்ள இடங்களில் தெளிப்பதும் மடிகர்களே. மாலா சாதியில் ஆசாடிகள் என்று சில குடும்பங்கள் உண்டு. கிராம தெய்வ வழிபாட்டுடன் தொடர்புடைய பூசாரி சாதி இதுவே. இவர்கள் பரம்பரையாக பலியின்போது துணையாகவும், அம்மனின் பெருமைகளைப் பலியின்போது சொல்பவர்களாகவும், ஒரு சில சடங்குகளைச் செய்பவர்களாகவும் இருக்கிறார்கள். இன்னமும் சில கிராமங்களில் (குறிப்பாக பண்டைய முறையைப் பின்பற்றும் கிராமங்களில்) எப்படிப் பல சாதியினரும் ஒன்று சேர்ந்து வழிபடுகின்றனர் என்பது ஆச்சர்யத்திற்குரியதாகும். குயவர், வண்ணார், தச்சர், கள் இறக்குபவர், மாலா மற்றும் மடிக சாதியினர், மேலும் அந்தக் கிராமக் கர்ணம் (பிராமணக் கணக்குப்பிள்ளை) என அனைவரும் ஒன்று கூடி திருவிழா நடத்தப்படுகிறது.

தமிழ்நாட்டில், இந்தத் திருவிழாக்கள் பெரும்பாலும் அந்தக் கோயில் பூசாரியின் பொறுப்பில் விடப்பட்டு விடுகிறது. இந்தப் பூசாரி வேலையும் பெரும் பெருமைக்கு உரிய ஒன்றாகப் பார்க்கப் படுவதில்லை. இதற்குத் தமிழ்நாட்டில் இருக்கும் பிராமணக் கலாசாரத் தாக்கமும், அதன் நீட்சியாக உயிர்ப் பலிகளுக்கு எதிரான மனநிலையும் காரணமாக இருக்கலாம். பிராமணர்கள், ஒரு பூசாரி சாதியாக இருந்தே தங்கள் ஆதிக்கச் சக்தியைப் பெற்றிருந்தாலும், அவர்களுக்குள் இருக்கும் கோயில் பூசாரி பிராமணர்களை, சாதியில் சற்றுக் கீழ் நிலையிலேயே நோக்குகின்றனர்.

கன்னடர்களிடையே பெல்லாரி மாவட்டத்தில் இருக்கும் ஆசாடிகள், தெலுங்கு நாட்டில் இருக்கும் ஆசாடிகள் போலவே வழிபாட்டில் பங்கு பெறுகின்றனர். பெல்லாரி மாவட்டத்தில் மூன்று கிராமங்களில் அறுபது குடும்பங்கள் ஆசாடிகள் என்று அழைக்கப் படுகின்றனர். தீண்டத்தகாதவர்களிடையே இவர்கள் ஒரு தனிச் சாதியாக இருக்கிறார்கள். மடிகர்களிடம் உணவு பெற்று, மடிகப் பெண்களைத் திருமணம் செய்து கொள்கிறார்கள். ஆனால் ஆசாடிப் பெண்கள் திருமணம் செய்துகொள்வதில்லை. அவர்கள் இந்த

படம் 8 : மரத்தடி கிராம தேவதை கோயில்.

படம் 9 : மரத்தடி கிராம தேவதை கோயில்.

படம் 10 : மீனாட்சியும் ஏழு கன்னியரும். கடலூர்.

அம்மனுக்கே பொட்டுக் கட்டிவிடப்பட்டு, 'பசவிகள்' என்று அழைக்கப்படுகிறார்கள். இந்தப் பூசாரிகளின் கீழ் நிலை இந்தியாவில் மதங்களின் நிலையை ஒத்திருக்கிறது.

திருவிழாக்கள்

இந்தக் கோயில் திருவிழாக்கள் எல்லாம் ஒன்றுபோலவோ அல்லது ஒரே நேரத்திலோ நடப்பதில்லை. அதுபோலவே இந்தத் திருவிழாக்களை நடத்தும் அமைப்பாளர்களும் எந்த ஒரு பொதுவான முறையிலும் தேர்ந்தெடுக்கப்படுவதில்லை.

சில கிராமங்களில் இருக்கும் நிலையான கோயில்களில், பக்தர்கள் அரிசி, பழங்கள், பூக்கள், தூபம் மற்றும் கற்பூரம் கொண்டு வேண்டிக் கொள்கின்றனர். அம்மனுக்கு வாரத்தில் ஒன்று அல்லது இரண்டு நாட்களில் தானியங்கள், பழம் மற்றும் பூக்களுடன் வழிபாடு செய்யப்படுகிறது. சில நாட்களில் ஆடுகள், செம்மறி மற்றும் பறவைகளும் படைக்கப்படுகின்றன.

பல கோயில்களில், வருடம் ஒருமுறை ஒரு குறிப்பிட்ட நாளில் திருவிழா நடைபெறுகிறது. அறுவடை முடிந்து மக்கள் வேலை குறைவாக இருக்கும் நேரம்தான் பெரும்பாலும் திருவிழா நாட்களாகும். ஆனால் இதற்கென்று எந்தப் பொதுவான விதியும் இல்லை. இன்னும் சில இடங்களில், திருவிழா என்று எப்போதும் நடப்பதில்லை. கிராமத்திற்கு ஒரு கஷ்டமோ, கொள்ளை நோயோ வரும்போது பலிகள் கொடுக்கப்பட்டு அம்மன் சாந்தப்படுத்தப் படுகிறார்.

இன்னும் சில கிராமங்களில் அந்த ஊர் வயசாளிகள், வருடா வருடம் திருவிழா நடந்து வந்ததாகவும், இப்போதோ நான்கு அல்லது ஐந்து வருடங்களுக்கு ஒரு முறை மட்டுமே நடப்பதாகவும் சொன்னார்கள். அது போலவே இந்தத் திருவிழாக்கள் எத்தனை நாட்கள் நடக்கும் என்பதும் மாறுபடுகிறது.

தமிழ் நாட்டில் இந்தத் திருவிழாக்கள் வெகு விமர்சையாகக் கொண்டாடப் படுகின்றன. பொதுவாக ஒரு வாரமும், அதிகபட்சம் இரண்டு வாரங்களில் இருந்து ஒரு மாதம்வரையிலும் கொண்டாடப் படுகின்றன. கன்னட நாட்டில் பிப்ரவரி மாதம் நடக்கும் மாரி திருவிழா ஒரு மாதம் கொண்டாடப்படுகிறது. ஆனால் நீண்ட நாட்கள் நடக்கும் திருவிழாக்கள் வெகுவான செலவை ஏற்படுத்துபவை. எனவே ஒரு வளமையான கிராமமோ அல்லது ஒரு பெரிய நகரமோ மட்டுமே இப்படி நீண்ட நாட்கள் கொண்டாட முடியும்.

பொதுவாக இந்தத் திருவிழாக்கள் அம்மனிடம் தங்களை நோய்களில் இருந்தும், தீய ஆவிகள் மற்றும் அழிவுகளில் இருந்தும் காப்பாற்ற வேண்டியே நடத்தப்படுகின்றன.

தென்னிந்தியாவின் ஒவ்வொரு கிராமமும் தீய ஆவிகளால் சூழப்பட்டு இருப்பதாகவும், அவை அந்தக் கிராம மக்கள் மேல் நோய்களையும், அழிவுகளையும் ஏவுவதற்குக் காத்திருப்பதாகவும் நம்புகிறார்கள். இந்த ஆவிகள் எல்லா இடத்திலும் இருக்கின்றன. பனை மரங்களின் மேல், பாறைகள், குகைகள், பள்ளங்கள் என எல்லா இடங்களிலும் இருந்து வருகின்றன. வேட்டையாடும் பறவைகள்போல அவை மேலே பறந்து சென்று, தங்களைக் காத்துக்கொள்ளாத கிராமத்தினர்மீது இறங்கிவிடுகின்றன.

இந்திய கிராம மக்கள் இந்த ஆவிகள் பற்றிய பயத்திலேயே தங்கள் வாழ்வைக் கழிக்கின்றனர். எனவேதான் தங்கள் கிராமத்தைக் காப்பதற்கு இந்தக் கிராம தேவதைகளை நாடுகின்றனர். மேலும் காலரா, பெரியம்மை, காய்ச்சல், கால்நடைகளுக்கு வரும் நோய்கள், பயிர்கள் வாடுதல், குழந்தையின்மை, தீ விபத்துகள் எனத் தங்களுக்கு வரும் எல்லாக் கெடுதல்களுக்கும் தீர்வாக அவர்கள் இந்தத் தெய்வங்களை நாடுகின்றனர்.

இந்தக் கிராம தேவதைகளின் வழிபாடு அவர்களைச் சாந்தப் படுத்துவதற்கும், அவர்களின் கோபத்தைக் குறைப்பதற்கும் மட்டுமே நடத்தப்படுகிறது. இந்தத் தெய்வங்களைப் போற்றியோ, நன்றி தெரிவித்தோ, அன்பாலோ, நன்றி உணர்வுடனோ அல்லது இந்தத் தெய்வத்தின் ஆசிகளைப் பெறவோ விழாக்கள் நடத்தப்படுவதில்லை. காலரா, பெரியம்மை, கால்நடை நோய்கள், பஞ்சம் மற்றும் வாழ்வின் பல கஷ்டங்களில் இருந்து விடுபட இந்தத் திருவிழாக்கள் நடைபெறுகின்றன.

சில கோயில்களில் தினசரி பூஜை நடந்தாலும், பொதுவாக, வருடத்துக்கு ஒருமுறை ஒரு பெரிய பலி மட்டுமே பல இடங்களில் நிகழ்கிறது. இன்னமும் பல இடங்களில் இந்தப் பெரிய பலியும் ஒரு கொள்ளை நோயின்போதோ அல்லது வேறு பெரும் இடருக்குப் பின்னோ மட்டுமே நடக்கிறது. இந்தக் கிராம தேவதைகளைப் பொறுத்தவரை, கிராமத்தினர் அவளைத் தொந்தரவு செய்யாமல் இருப்பது நல்லது என்று இருக்கிறார்கள். எல்லாம் நன்றாக நடக்கும்போது – எந்த நோய்களும், மனிதனையோ, மிருகத்தையோ தாக்காமல், பஞ்சம் இல்லாமல் இருக்கும்வரை இந்த அம்மனை அவள் வழியிலேயே விட்டுவிடுகின்றனர். அம்மன் கோபமாய்

இருக்கிறாள் என்று தெரிய வந்தாலோ, உடனடியாக அவளைச் சாந்தப்படுத்த முயல்கின்றனர்.

இந்தப் பலிகளையும் திருவிழா என்று சொல்வது அவ்வளவு சரியாக இருக்காது. இந்தப் பலிகள் பெரும்பாலும் பயத்தில் செய்யப்படும் சடங்குகள் மட்டுமே. கோபமான கடவுளை அமைதிப்படுத்துவது. எனவே கடவுளைப் பாராட்டியோ, நன்றி தெரிவித்தோ நடப்பதில்லை. இந்தச் சடங்குகளும் இந்தக் கடவுள்களை அமைதிப்படுத்தவே நடத்தப்படுவதால் இதை வழிபாடு என்று சொல்லுவதும் ஒரு விதத்தில் தவறே.

இந்தப் பலிகளைப் பற்றியும், சடங்குகள் மற்றும் படையல்கள் பற்றியும் பின் அத்தியாயங்களில் சொல்கிறேன். இந்தக் கோயில்களில் எப்படிப் பெயரோ, உருவங்களோ ஒன்றுபோல் இல்லையோ, அது போன்றே இவையும் ஒன்றுபோல் இருப்ப தில்லை. அந்தக் கிராமங்கள், மாவட்டங்கள் பொறுத்து வேறு படுகின்றன. இருந்தாலும் தென்னிந்தியாவில் நிகழ்த்தப்படும் இந்தச் சடங்குகள்பற்றி ஓரளவிற்கு விளக்கி இருக்கிறேன்.

அத்தியாயம் – 4

தெலுங்கு நாட்டில் வழிபாட்டு முறைகள்

தென்னிந்தியாவின் ஒரு கிராமத்தில் காலராவோ, பெரியம்மையோ தாக்கிவிட்டது என்று வைத்துக்கொள்வோம். இப்போது தெலுங்கு நாட்டின் ஒரு பின் தங்கிய மாவட்டத்தில், புகைவண்டியோ அல்லது பிராமணர்களின் ஆதிக்கமோ இல்லாத ஒரு கிராமம் என்று வைத்துக் கொள்வோம். அங்கே என்ன நடக்கும் என்று பார்ப்போம்.

ஒரு தெலுங்குக் கிராமம். இந்தக் கிராமத்தின் காவல் தெய்வம் பெத்தம்மா (பெரிய அம்மா) ஆகும். இந்த நோய் பரவுவது இந்த அம்மா கோபமாக இருக்கிறாள் என்று அர்த்தமாகும். எனவே அவளை அமைதிப்படுத்த வேண்டும். அதற்கு ஆகும் செலவிற்காக ஊர் முழுவதும் பணம் சேர்க்கப்படுகிறது, சில நேரங்களில், அந்த ஊரின் பணக்காரர் மொத்தச் செலவையும் ஏற்றுக் கொள்வார். இந்தத் திருவிழாவிற்கு ஒரு நல்ல நாள் குறிக்கப்படுகிறது. இந்தக் கிராமத்தில் அது வியாழக்கிழமை மற்றும் ஞாயிற்றுக்கிழமை தவிர்த்த ஒரு நாளாகும். ஊரில் உள்ள குயவர், பெத்தம்மா போன்று ஒரு களிமண் சிற்பம் செய்யப் பணிக்கப்படுகிறார். தச்சர் ஒரு மர வண்டி செய்ய, பலிக்கு ஒரு நல்ல எருமை தேர்ந்தெடுக்கப்படுகிறது.

அந்த நல்ல நாள் வந்தவுடன், எருமை மேல் மஞ்சள் தெளிக்கப்பட்டு, அதன் கழுத்திலும், கொம்புகளிலும் வேப்பிலை கட்டி அலங்கரிக்கப் படுகிறது. மதியம் இரண்டு மணிபோல் எருமை ஊரைச் சுற்றி ஊர்வலமாக அழைத்து வரப்படுகிறது. அப்போது மேளங்களும் மற்ற இசை வாத்தியங்களும் முழங்குகின்றன. இந்தப் பலி நிகழ்ச்சியில் தீண்டத்தகாத சாதியைச் சேர்ந்த மாலா மற்றும் மடிகர்கள் முன்னிலையில் இருந்து, அந்த எருமையை வீடு வீடாகக்

கூட்டிச் செல்கிறார்கள். ஒரு மடிகர் முன்னே மேளம் அடித்துக்கொண்டு 'அம்மாவுக்குப் பலி கொடுக்கப்படும் எருமை வருகிறது' என்று சத்தமாகக் கூவிக் கொண்டே போகிறார். அப்போது வீட்டில் உள்ளவர்கள் வெளியே வந்து, அந்த எருமையின் முன் குனிந்து வணங்கி, அதன் கால்களைத் தண்ணீரால் கழுவி, கூடே வரும் மாலா மற்றும் மடிகர்களுக்கு உணவும் வழங்குகின்றனர்.

இந்த ஊர்வலம் இரவு எட்டு மணிபோல் நிறைவு பெறுகிறது. அப்போது அந்த எருமை ஒரு மூங்கில் பந்தலுக்கு அருகில் கட்டிப் போடப்படுகிறது. இந்த மூங்கில் பந்தல் அம்மனை வரவேற்பதற்காகப் போடப்பட்டது. அங்குக் கிராமத்தினர் அனைவரும் ஒன்றாகச் சேர்ந்து, இரவு பத்து மணிபோல, குயவரின் வீட்டிற்கு ஊர்வலமாகப் புறப்படுகின்றனர். குயவரின் வீட்டில் ஓர் இரண்டரை படியளவு அரிசியைக் கொட்டி அதன் மேல் அந்தக் களிமண் சிலையை வைக்கின்றனர். எல்லோரும் வணங்கியபின், அங்கு ஒரு கிடா பலி கொடுக்கப்படுகிறது. அந்தக் கிடாவின் தலையை வெட்டி வழியும் ரத்தத்தை அந்தச் சிலையின் மேல் தெளிக்கின்றனர். இது அந்தச் சிலையை ஒருவிதமாகப் புனிதமாக்குகிறது.

அடுத்து, குயவர் இப்போது இந்தச் சிலையை எடுத்துக்கொண்டு, அவரது வீட்டில் இருந்து சிறிது தூரம் சென்று, வண்ணாரிடம் கொடுக்கிறார். வண்ணார் அதை எடுத்துக்கொண்டு மூங்கில் பந்தலுக்குத் திரும்புகிறார். இந்த ஊர்வலத்தின்போது, ஊர் மக்கள் கத்தி, கம்புகளுடன் தீயசக்திகளை விரட்டிக்கொண்டு வருகின்றனர். அப்படியே எலுமிச்சைகளை வெட்டி மேலே தூக்கி வீசுகின்றனர். இந்தத் தீய சக்திகள் இந்த எலுமிச்சைகளை எடுத்துக்கொண்டு போய் விடும், சிலையைக் கொண்டு வருபவரை எந்தத் தடையும் செய்யாது என்பது நம்பிக்கை.

இவ்வாறாக அந்தச் சிலை மூங்கில் பந்தலில் கொண்டு வந்து வைக்கப்படும். அங்கிருந்து பனைமரத்தில் ஏறிக் கள் இறக்குபவரின் வீட்டிற்கு ஊர்வலம் தொடர்கிறது. அங்கே கொஞ்சம் அரிசி சமைக்கப்பட்டு, அதனுடன் ஒரு பானைக் கள்ளும், ஒரு பாட்டில் நாட்டுச் சாராயமும் காய்ச்சப்படுகிறது. இந்தப் பானையும், பாட்டிலும் மஞ்சள், குங்குமத்தால் பூசப்படுகிறது. சமைக்கப்பட்ட அரிசியின் முன் இந்தக் கள்ளும், நாட்டுச்சாராயமும் வைக்கப்பட்டு, கள் இறக்குபவர் இவற்றை வணங்குகிறார். இங்கும் ஒரு கிடா பலியிடப்படுகிறது. இப்போது கிராமத்தினர் அவருக்கு அரிசி, சோளம் மற்றும் நான்கு அணாக்களைக் கூலியாகக் கொடுக்கிறார்கள்.

இப்போது இந்தப் பானையும், பாட்டிலும் ஊர்வலமாகக் கொண்டு வரப்பட்டு பெத்தம்மாவின் சிலைக்கு அருகே அந்தப் பந்தலில் வைக்கப்படுகிறது.

இன்னொரு ஊர்வலம் இங்கிருந்து கிளம்பி, ஊர் பெரிய மனிதர் – ரெட்டி – வீட்டிற்குச் செல்கிறது. இங்கிருந்து பெரிய மண் பானையில் சோறும், இனிப்புகளும், ஒரு செம்மறியாடும் கொண்டு வரப்படுகிறது. பெத்தம்மாவின் சிலைக்கு முன் வேப்பிலைகள் பரப்பப்பட்டு ரெட்டியின் வீட்டில் இருந்து கொண்டுவந்த சோறு ஒரு குவியலாகக் கொட்டப்படுகிறது. அதுபோலவே அருகில் மற்றவர்களின் வீடுகளில் இருந்து வந்த சோறும் – நூறு முதல் முந்நூறு படி அளவில் – கொட்டப்படுகிறது.

இவை எல்லாமும் நடக்கப்போகும் பெரும் பலியின் ஆரம்பத் தயாரிப்புகளே. முதலில் அந்த இளம் செம்மறியாடு வணங்கப்பட்டு, பின் கழுத்து அறுக்கப்பட்டு, தலை வெட்டப்பட்டு பலி கொடுக்கப்படுகிறது. பின் ஒரு கிடா கொண்டு வரப்பட்டு குவித்து வைக்கப்பட்டுள்ள சோற்றின் மேல் நிற்க வைக்கப்படுகிறது. வண்ணார் ஒரு பெரிய கத்தியைக்கொண்டு பின்புறமாக இந்தக் கிடாவை இரண்டாக வெட்டுகிறார். பீறிட்டு வரும் ரத்தம் சோற்றை நனைக்கிறது. ஒரு பாதிக் கிடா அங்கிருந்து அருகில் சடங்குகளை ஆரம்பிக்க நிற்கும் ஆசாடிகளிடம் கொண்டு தரப்படுகிறது. இன்னொரு பாதி, சோற்றின் மேல் அப்படியே கிடக்கிறது.

ஆசாடிகள் பெத்தம்மாவை குறித்த பாடல் ஒன்றைப் பாட ஆரம்பிக்கின்றனர். அப்போதே முக்கிய பலி நிகழ்த்தப்படுகிறது. எருமை முன்னே கொண்டு வரப்பட்டு, மடிகர்கள் அதன் கழுத்தை அறுத்துப் பலி கொடுக்கின்றனர். சில கிராமங்களில் தலையை வெட்டிப் பலி கொடுக்கப் படுகிறது. சிந்திய ரத்தத்தின் மேல் தண்ணீர் ஊற்றப்பட்டு, அதன் மேல் மண் கொட்டப்படுகிறது. வேறு கிராமத்து ஆட்கள் இந்த ரத்தத்தை எடுத்துச் சென்றுவிடக் கூடாது என்பதற்காகவே இது செய்யப்படுகிறது. இந்த ரத்தத்தின் சிறு பாகத்தை வேறு கிராமத்தவர்கள் எடுத்துச் சென்றுவிட்டால் இந்தப் பலியின் பயன் முழுதும் அந்தக் கிராமத்தைச் சேர்ந்து விடும்.

இந்த எருமையின் தலை வெட்டப்பட்டு, அதன் கொழுப்புகளால் கண்களும் மூக்கும் மூடப்பட்டு, பெத்தம்மாவின் சிலையின் முன் வைக்கப்படுகிறது. எருமையின் வலது முன் கால் வெட்டப்பட்டு அதன் வாயில் குறுக்காக வைக்கப்படுகிறது. அதன் நெற்றியில் சோறும், சோறின் மீது ஓர் அகல் விளக்கும் ஏற்றப்படுகிறது. எதற்காக

இந்த வலது முன் கால் வெட்டி வைக்கப்படுகிறது என்று என்னால் கண்டறிய முடியவில்லை. 'இது எங்கள் வழக்கம்' என்பதே இந்தக் கிராமத்தவரின் பதிலாகும்.

ஆனால் இந்தப் பழக்கம் தமிழ், கன்னட மற்றும் தெலுங்கு நாட்டவரிடம் இருப்பதை நான் கண்டிருக்கிறேன். மேலும் தெற்கு மராட்டியர்களிடமும் இந்தப் பழக்கம் இருப்பதாகக் கேள்விப் படுகிறேன். இது தென்னிந்தியாவின் மிகப் பழமையான சடங்குகளில் ஒன்றாக இருக்கவேண்டும். இத்துடன் இந்தப் பலி நிறைவுறுகிறது. படைக்கப்பட்ட உணவுகளாலும், சிந்தப்பட்ட ரத்தத்தாலும், அம்மா குளிர்கிறாள் என்பது இவர்களின் நம்பிக்கையாகும். ஆனால் பெரும்பாலான உணவு கிராமத்தவர்களால் வீட்டிற்கு எடுத்துச் செல்லப்பட்டு உண்ணப்படுகிறது. அம்மன் சாரத்தை எடுத்துக் கொண்டு, உணவை மக்களுக்குக் கொடுக்கிறாள். இது அதிகாலை மூன்று மணி வரை நடக்கிறது. இதற்குப்பின் இன்னொரு முக்கியச் சடங்கு ஆரம்பிக்கிறது.

அந்தச் சோற்றுக் குவியலில் இருந்து கொஞ்சம் ரத்தம் தோய்ந்த சோறும், எருமையின் குடலின் ஒரு பாகமும் கலக்கப்பட்டு ஒரு கூடையில் வைக்கப்படுகிறது. மாலா சாதியைச் சேர்ந்த ஒருவர் இந்தக் கூடையைத் தூக்கிக்கொள்ள, இன்னொருவர் முதலில் கொல்லப்பட்ட செம்மறி ஆட்டின் குடலை மாலையாக அணிந்து கொண்டு, அதன் ஈரலை வாயில் கவ்விக்கொண்டு ஊர்வலமாகப் புறப்படுகின்றனர். இப்போது ஈரலை வைத்திருப்பவரிடம் அம்மன் இறங்குவதாகச் சொல்லப்படுகிறது. அவரும் சில சமயம் கயிறுகளால் கட்டப்படும் அளவிற்கு ஆட ஆரம்பிக்கிறார். அவரைச் சுற்றிச் சிறு விவசாயிகளும், மற்ற மாலா சாதியினரும் கையில் கம்புகளும், வாட்களும் வைத்துக்கொண்டு, எலுமிச்சைகளை வெட்டி வானில் எறிந்து கொண்டு வருகின்றனர்.

கிராமத்திற்குள் போகும் இந்த ஊர்வலத்தின்போது மக்கள் 'பொலி! பொலி! (உணவு! உணவு!)' என்று கத்துகின்றனர். கூடையில் சோறு வைத்திருப்பவர், அந்தச் சோற்றைக் கொஞ்சமாக எடுத்து கிராமத்து வீடுகளின் மேல் எறிகிறார். இது தீய சக்திகளிடம் இருந்து அந்த வீட்டையும், வீட்டில் இருப்பவர்களையும் காப்பாற்றும். இந்த ஊர்வலத்தின்போது, இவர் கத்திக்கொண்டும் ஆடிக்கொண்டும் வரும்போது, தீய சக்திகளைப் பார்த்து மயங்கி விழுகிறார். அப்படி மயங்கி விழும் இடங்களில் செம்மறி ஆடுகள் பலி கொடுக்கப்பட்டு, எலுமிச்சைகள் மேலே எறியப்பட்டு, தேங்காய்கள் உடைக்கப்பட்ட பிறகு சுய நினைவுக்கு வருகிறார். அப்படியே ஊர்வலம் ஊருக்குள்

தொடர்கிறது. விடியும் நேரத்தில் இந்த ஊர்வலம் திரும்பவும், அமைதி அடைந்து இருக்கும் பெத்தம்மாவின் மூங்கில் பந்தலுக்கு வந்து சேர்கிறது.

மறுநாள் காலை பத்து மணிக்குத் திரும்பவும் சடங்குகள் தொடங்குகின்றன. பலி கொடுக்கப்பட்ட எருமையின் உடலின் ஒரு பாகம் வெட்டப்பட்டு, சோளத்துடன் சேர்த்துச் சமைக்கப்படுகிறது. 'சித்தாலு' என்று அழைக்கப்படும் ஐந்து மாலா சாதி சிறுவர்கள், இந்த உணவை ஒரு பெரிய வெள்ளைத் துணியினால் மறைக்கப்பட்ட இடத்தில் உண்கின்றனர். எந்தத் தீய சக்தியோ, யாரின் கண்ணேறும் பட்டு விடக்கூடாது என்பதற்காக இது இருக்கலாம். இரவில் இருந்து பெத்தம்மாவை நோக்கிப் பாடிக்கொண்டிருக்கும் ஆசாடிகளுக்கு அடுத்து உணவு தரப்படுகிறது. இதற்கு அப்புறம் கிராம மக்கள் தங்கள் காணிக்கைகளைக்கொண்டு வருகிறார்கள். பிராமணர்கள் அரிசியும், தேங்காயும், ஏனைய சாதியினர் செம்மறி, வெள்ளாடு, பறவைகள் மற்றும் எருமைகளைக் கொண்டு வருகிறார்கள்.

எருமைகள் மடிகர்களாலும், ஏனைய மிருகங்கள் வண்ணாராலும் கழுத்து அறுக்கப்பட்டு பலி கொடுக்கப்படுகின்றன. இந்தப் பலிகளின் தலைகள் வெட்டப்பட்டு அவை அம்மனுக்குப் படைக்கப் படுகின்றன. இது மதியம் மூன்று மணிவரை நடக்கிறது. மூன்று மணிக்கு மேல் கிராம மக்கள் ஊர்வலமாக மரவண்டியைப் பெற, தச்சர் வீட்டிற்குச் செல்கின்றனர். அங்கு அந்த வண்டிக்கு ஓர் ஆடு பலியிடப்பட்டு, சோறு படைக்கப்படுகிறது. தச்சருக்கு ஒரு புதுத்துணியும், எட்டு அணாக்களும் சம்பளமாக வழங்கப்படுகிறது. வண்ணார்களால் இந்த மர வண்டி, மேளங்களும், கொம்புகளும் முழங்க, பலி கொடுக்கப்பட்ட இடத்திற்குக் கொண்டு வரப் படுகிறது. இங்கு முதலில் பலி கொடுக்கப்பட்ட எருமையைத் தவிர மீதி பலிகளின் தலைகள் எல்லாம் அங்கிருக்கும் மாலா மற்றும் மடிகர்களால் எடுத்துச் செல்லப்படுகிறது.

மாலை ஏழு மணிபோல் அடுத்த சடங்குகள் தொடங்குகின்றன. முதலில் ஒரு செம்மறி, அம்மனுக்கு முன் பலியிடப்படுகிறது. அதன் ரத்தம் சோற்றுடன் கலக்கப்படுகிறது. அதே நேரம், ஊர் எல்லையில் ஒரு பன்றி அதன் தலை மட்டும் வெளியே தெரியும்படி புதைக்கப் படுகிறது. கிராமத்து மக்கள் அவர்களின் கால்நடைகளுடன் ஊர்வலமாக அந்த இடத்திற்கு வருகிறார்கள். ரத்தம் கலந்த சோற்றையும் ஒரு மடிகர் எடுத்து வருகிறார். அழைத்து வரப்பட்ட கால்நடைகள் அந்தப் பன்றியின் தலைமேல் ஓடவிடப்படுகின்றன.

படம் 11 : எருமைப் பலி

படம் 12 : பலி கொடுக்கப்பட்ட எருமையின் தலை

அவ்வாறு ஓடும்போது அந்த ரத்தம் கலந்த சோறு மிருகங்களின்மீது தெளிக்கப்படுகிறது. இது முடிவதற்கு முன்னே, அந்த பன்றி இறந்துவிடும். இதன் பின்னர் இறுதிச் சடங்குகள் தொடங்குகின்றன.

பந்தலில் இருந்த அம்மனின் சிலையை இப்போது வண்ணார் எடுத்துக்கொள்ள, முன்காலை வாயில் வைத்துக்கொண்டு, நெற்றியில் அகல் விளக்கெரியும் எருமையின் தலையை ஒரு மடிகர் எடுத்துக் கொள்கிறார். இப்போது எல்லோரும் ஊர் எல்லைக்கு ஊர்வலமாகச் செல்கின்றனர். முதலில் எருமைத் தலையைக் கொண்டு செல்பவர்கள், அடுத்து அம்மன் சிலையுடன் வண்ணார், அவருக்குப் பின் அந்த மர வண்டியை இழுத்துக்கொண்டு இந்த ஊர்வலம் செல்கிறது. எல்லையைத் தாண்டி ஒரு பர்லாங் அளவிற்குப் பக்கத்துக் கிராமத்திற்குள் சென்று நிற்கிறார்கள். இங்கு ஆசாடிகள் அம்மனைக் குறித்த பாடல்களைப் பாடுகிறார்கள். மக்களுக்கு மஞ்சள் கொடுக்கப்படுகிறது. அம்மன் சிலையை அலங்கரித்திருந்த நகைகள், மாலைகள் எல்லாம் அகற்றப்பட்டு, சிலை அந்த இடத்தில் வைக்கப்படுகிறது. எருமையின் தலையில் இருந்த விளக்கு அணைக்கப்படுகிறது. இந்தத் தலையை அந்த மடிகர் தன் வீட்டிற்கு எடுத்துச் சென்று விருந்தாக்கிக் கொள்வார். அம்மன் சிலையைப் பக்கத்துக் கிராம நிலத்தில் விட்டு வருவது, அந்த அம்மனின் கோபத்தைப் பக்கத்துக் கிராமத்திற்கு அனுப்புவதாகச் சொல்லப்படுகிறது. இது அம்மனின் கோபத்தின்மீதான பெரும் நம்பிக்கையையோ, பக்கத்துக் கிராம மக்களின் நலனில் ஏதும் அக்கறையோ இருப்பதாகக் காட்டவில்லை.

தெலுங்கு நாட்டின் கடற்கரைக் கிராமங்களில் இந்தச் சடங்குகள் மாறுபட்டு உள்ளன. மசூலிப்பட்டினத்தில் இருந்து இருபது மைல் தூரத்தில் உள்ளது குடிவாடா கிராமம். ஒரு செழிப்பான மாவட்டத்தில் உள்ள நல்ல வசதி படைத்த கிராமத்துக்கு உதாரணமாகக் குடிவாடாவைக் குறிப்பிடலாம். இங்கு உள்ள அம்மனுக்குச் செய்யப்படும் சடங்குகள் இந்தப் பகுதியின் மக்கள் வழிபாட்டு முறையை விளக்கும்.

குடிவாடா கிராமத்தின் கிராம தெய்வம் பல்லாலம்மா ஆகும். சிறிய கல் சுவரால் சூழப்பட்ட ஒரு திறந்தவெளி மண்டபத்தில், மூன்றடி உயரத்தில் உள்ளது இந்த அம்மனின் சிலை. நான்கு கரங்களுடன், வலது காலின் அடியில் ஒரு சிறுத்தையின் தலையுடன் அம்மன் சிலை இருக்கிறது. இந்தக் கோயிலின் பூசாரியான ஒரு சூத்திரர் எனக்கு இங்கு நடத்தப்படும் பூஜைகளையும், சடங்குகளையும் பற்றிக் கூறினார்.

ஒவ்வொரு ஞாயிற்றுக்கிழமையும் அம்மன் சிலையைத் தண்ணீரும், சீயக்காயும் போட்டுக் கழுவி, மஞ்சளும், குங்குமமும் பூசி, தூபம் போட்டு, தேங்காய் உடைத்து, சோறு சமைத்துப் படைக்கிறார். இந்தப் படையல் சோற்றைப் பின்னர் பூசாரி சாப்பிடுகிறார். இதற்கான அரிசியைக் கிராம மக்கள் கொடுக்கிறார்கள். அவ்வப்போது ஆடுகளும், கோழிகளும் கிராம மக்களால் நேர்ச்சையாக ஞாயிற்றுக் கிழமைகளில் பலி கொடுக்கப்படுகிறது. பலி கொடுப்பதற்கு முன் ஆடு நன்றாகக் குளிப்பாட்டப்படுகிறது. அம்மனின் சிலைக்கு முன் ஒரு மடிகர், அரிவாளால் ஆட்டின் தலையைத் துண்டிக்கிறார். தரையில் வழியும் ரத்தத்தை எதுவும் செய்வதில்லை. ஆட்டின் தலை பூசாரிக்கும், அதன் உடல் நேர்ந்து கொண்டவருக்கும் கொடுக்கப் படுகிறது.

தெலுங்கு மற்றும் தமிழ் நாட்டில், பலி கொடுப்பதற்கு முன், ஆட்டின் பின்புறத்தில் தண்ணீர் ஊற்றப்படுகிறது. ஆடு நடுங்கினால், அம்மன் பலியை ஏற்றுக்கொண்டதாக அர்த்தமாகும். இன்னொரு ஆட்டைப் பலி கொடுக்கும் வசதி இல்லாதவர்கள், ஆடு நடுங்கும் வரை தண்ணீரை ஊற்றிக் கொண்டே இருக்கிறார்கள். ஆனால் பொதுவாக, ஆடு நடுங்காவிடில், அம்மன் பலியை ஏற்றுக்கொள்ளவில்லை என்று வேறு ஓர் ஆடு பலிக்குத் தரப்படுகிறது.

கிராமத்தில் கொள்ளை நோய்கள் வரும்போது, பொதுவாக ஒரு திருவிழா கொண்டாடப்படுகிறது. ஊர்த் தலையாரி, ஒரு புது மண்பானையில் மஞ்சள், குங்குமம் பூசி, அதன் உள்ளே மண் வளையல்கள், சங்கிலிகள், கம்மல்கள், மூன்று கட்டி தூபம், காய்ந்த தேங்காய் ஒன்று, ஒரு பெண்ணின் துணி, இரண்டு அணாக்கள் நாணயங்கள் முதலியவற்றைப் போட்டு கோயிலின் அருகில் உள்ள மரம் ஒன்றில் கட்டித் தொங்கவிடுகிறார். கொள்ளை நோய் போய் விடும்போது திருவிழா கொண்டாடுவோம் என்று ஓர் உறுதிமொழி அளிக்கும்விதமாக இது செய்யப்படுகிறது.

அப்படி இந்தக் கொள்ளை நோய் விலகும்போது, ஒரு பனை ஓலையில் வேய்ந்த பந்தல் இடப்பட்டு, அம்மனின் உருவம் களிமண்ணில் செய்யப்பட்டு, மஞ்சள் குங்குமத்தால் அலங்கரிக்கப் பட்டு வைக்கப்படுகிறது. இந்த சிலைக்குக் கீழே ஒரு பெரிய மண் பானையில் மோரும், இன்னொரு பானையில் சோறும் வைக்கப்படுகிறது. இந்தப் பானைகளும் மஞ்சள், குங்குமம் பூசப்பட்டு, வேப்பிலைகளால் அலங்கரிக்கப்படுகிறது. இந்தப் பானைகள், ஒரு மண் தட்டினால் மூடப்பட்டு, ஒவ்வொரு நாளும் மேள தாளங்களுடன் ஊருக்குள் ஊர்வலமாகக் குயவரால் எடுத்துச்

செல்லப்படுகிறது. இந்தச் சோறும், மோரும் குயவருக்கே நிதமும் அவரின் சன்மானமாகக் கொடுக்கப்பட்டுவிடுகிறது. திருவிழா நாட்கள் முழுவதும் ஒவ்வொரு நாளும் இந்தப் பானைகள் ஊர் செலவில் சோறும், மோரும் கொண்டு நிரப்பப்படுகின்றன. திருவிழா நாட்களில் ஊரில் சேர்ந்த பணத்தைப் பொறுத்து திருவிழா நாட்களை நிர்ணயிக்கிறார்கள். அது ஓர் ஒற்றைப் படை நாளாக இருக்கிறது. ஆனால் இது 7 என்ற எண் உள்ளபடியான நாளாக இருப்பதில்லை (7, 17, 27 போன்று). இரவில் முடி திருத்துபவர்கள் (நாவிதர்கள்) அம்மனைப் பற்றிப் பாடியும், மடிகர்கள் மேளம் அடித்தபடியும் இருக்கிறார்கள்.

மிருக பலிகளுக்கு நிச்சயப்பட்ட நாளின் முந்தைய இரவில், 'தேவர பொட்டு' (கடவுளுக்கு அர்ப்பணிக்கப்பட்ட என்று அர்த்தம்) என்றழைக்கப்படும் ஆண் எருமை ஒன்று ஊரின் சார்பாகப் பலியிடப்படுகிறது. இந்த எருமை முதலில் குளிப்பாட்டப்பட்டு, மஞ்சள், குங்குமம் பூசப்பட்டு, பூக்கள் மற்றும் வேப்பிலை மாலைகள் அணிவித்து அலங்கரிக்கப்படுகிறது. இப்போது அம்மனின் முன் கொண்டு வரப்படும் இந்த எருமை, ஒரு மடிகரால் ஒரே வெட்டில், குவித்து வைக்கப்பட்ட சோற்றின் மேல், தலை துண்டிக்கப் படுகிறது. படையல் சோறு எருமையின் ரத்தத்தால் நனைகிறது. வெட்டுப்பட்ட எருமையின் வாயில், தென்னிந்தியப் பழக்கத்தின் படி, எருமையின் வலது முன்னங்கால் குறுக்கு வசமாக வைக்கப் படுகிறது. எருமையின் குடல்களில் கொழுப்பு எடுக்கப்பட்டு, அதன் கண்ணிலும், மூக்கிலும் பூசப்படுகிறது. ஓர் அகல் விளக்கு ஏற்றப்பட்டு, குவித்த சோற்றின் மீது வைக்கப்படுகிறது. இந்தச் சோறு இப்போது ஒரு கூடையில் இடப்பட்டு, ஊர் துப்புரவு செய்யும் 'வெட்டி' என்னும் மடிகரால் ஊரைச்சுற்றித் தூவப்பட்டுக் கொண்டே எடுத்துச் செல்லப்படுகிறது.

கிராமம் முழுவதும் அவருடன் சென்றாலும், இப்போது மேள தாளங்கள் அடிக்கப்படுவதில்லை. ஊர் மக்கள் 'பொலி! பொலி!' (உணவு என்று அர்த்தம்) என்று கை தட்டிக்கொண்டும், தீய சக்திகளை விரட்டக் கம்புகளை ஆட்டிக்கொண்டும் கூச்சல் இடுகின்றனர். ரத்தத்தில் நனைக்கப்படாத சோறே அம்மனுக்குப் படைக்கப்பட்டு மக்களுக்குப் பிரசாதமாகத் தரப்படுகிறது. ரத்தத்தால் நனைக்கப்பட்ட சோறு யாருக்குப் படைக்கப்படுகிறது என்பது தெளிவாக இல்லை. ரத்தத்தைத் தெளிப்பதால் தீய சக்திகள் கிராமத்தின் அருகில் வராது என்று நம்பப்படுகிறது. ரத்தம் தோய்ந்த சோற்றால் அவை திருப்தி அடைந்து கிராமத்தில் வேறு கெடுதல்கள் நடக்காது என்கின்றனர்.

இந்த சடங்கின் ஆதி காரணம் வேறாக இருந்திருக்கலாம்; இப்போதையக் காரணம் இதுவே.

மறுநாள் அதிகாலையில் களிமண் சிலையும், பானைகளும் கழுவப்பட்டு, மஞ்சள், குங்குமம் பூசப்படுகின்றன. பிற நாட்கள் போலவே தூபமும், சோறும் படைக்கப்பட்டு, பானை ஊருக்குள் ஊர்வலமாக எடுத்துச் செல்லப்படுகிறது. மதியம் ஆகும்போது ஊரின் ஒவ்வொரு சம்சாரியும் சோறு, இனிப்புகள், பூக்கள், பழங்கள் எனப் பலவற்றையும் எடுத்து வருகிறார். கிராமப் பொதுவில் இருந்து இருநூறு அல்லது அதிகமான சேர்கள் (சேர் என்பது பழங்காலத்து அளவு முறை. 1 சேருக்கு கிட்டத்தட்ட 85 கிராம்) அரிசியும் தரப்பட்டு, அது வேகவைக்கப் படுகிறது. இவை எல்லாம் அம்மனின் சிலை முன் குவித்து வைக்கப்படுகிறது. இதன் பின் ஒரு செம்மறியோ, எருமையோ ஊரின் சார்பாகப் பலிகொடுக்கப்படுகிறது. எருமை குளிப்பாட்டப்பட்டு, மஞ்சள், குங்குமம் பூசப்பட்டு, வேப்பிலைகளால் அலங்கரிக்கப்பட்டு மடிகர் ஒருவரால், தலை வெட்டப்படுகிறது. இந்த ரத்தம் தரையில் வழியவிடப்பட்டு அதன் மேல் மண் போட்டு மூடப்படுகிறது. ஊர் தலையாரி இந்த வெட்டப்பட்டத் தலையை அம்மனுக்குப் படைக்கிறார். இதன் பிறகு, ஊர் மக்கள், பிராமணர்கள், பனியாக்கள் உட்பட, பலிக்கு மிருகங்களைக் கொண்டு வருகிறார்கள். இவை எல்லாம் முன் போலவே கொல்லப்பட்டு, அவற்றின் தலைகள் அம்மனுக்கு முன் ஒரு குவியலாக வைக்கப்படுகிறது.

சில சமயம் பல நூறு மிருகங்கள் இதுபோல் கொல்லப்படுகின்றன. ஓரிடத்தில் ஆயிரம் ஆடுகள் பலி கொடுக்கப்பட்டன. குடிவாடா போன்ற கிராமத்தில் மிகக் குறைவாகவே பலி நடைபெறுகிறது. இதில் யாருக்கு முதல் மரியாதை என்பதில் கிராம மக்களிடையே பிரச்னைகள் வருகின்றது. நான் குடிவாடா சென்றிருந்தபோது, இதுபோல் ஒரு வழக்கு அங்கே தாசில்தார் முன் வந்தது. ஒரு ஜமீன்தார், நில உரிமையாளர்கள், கிராம முன்சீப் ஆகியோர் இந்தப் பிரச்னையில் ஈடுபட்டிருந்தனர். இந்தத் தலைகள் எல்லாம் பூசாரிகள், குயவர், வண்ணார், நாவிதர், மாலா மற்றும் மடிக சாதியினரால் எடுத்துச் செல்லப்படுகிறது. கிராமப் பொதுப் பலியான எருமையானது தலையாரிக்கும், மற்ற அரிசி, பழங்கள், விழா நடத்திய அனைவருக்கும் பங்கிடப்படுகிறது. இந்த விழா காலை பத்து மணியில் இருந்து மாலை ஐந்து வரை நடக்கிறது.

மாலையில் ஒரு வண்டி, ஒன்பது கூரிய கழுமரங்களுடன் கொண்டு வரப்படுகிறது. வண்டியின் நான்கு மூலையிலும் இரண்டிரண்டு

கழுமரங்கள், வண்டியின் நடுவே ஒன்றுமாக இருக்கிறது. இந்தக் கழுமரம் ஒவ்வொன்றிலும் ஒரு மிருகம் – பன்றி, கோழி, ஆடு – உயிருடன் கழுவேற்றப்படுகிறது.'பம்பலா' அல்லது மாலா சாதியின் பரம்பரைப் பூசாரிகளில் ஒருவர் பெண் வேடமிட்டு இந்த வண்டியில், அம்மனின் களிமண் சிலையுடன் அமர்ந்து கொள்கிறார். இந்த வண்டி ஒரு கயிற்றால் கட்டி இழுக்கப்பட்டு ஊர் எல்லையில் விடப்படுகிறது. வண்டியில் இதற்குள் இறந்துவிட்ட மிருகங்களைப் பம்பலாக்கள் தங்கள் பங்காக எடுத்துச் சென்றுவிடுகின்றனர்.

கழுவேற்றுதல்

உயிருடன் மிருகங்களைக் கழுவில் ஏற்றும் இந்தக் கொடிய வழக்கம் தெலுங்கு நாட்டின் மேற்குப் பகுதியில் இருக்கிறது. நான் சென்ற பல கிராமங்களில் இதைப் பார்த்திருக்கிறேன். எல்லூரில் ஐம்பது வருடங்களுக்கு மேல் வாழ்ந்த மதபோதகர் அருட்திரு. எஃப்.என். அலெக்சாண்டர், தான் இந்தப் பழக்கத்தை எல்லூருக்கு வந்த முதல் வருடம் கண்டு அதுபற்றி 'மெட்ராஸ் மெயில்' பத்திரிக்கைக்கு எழுதினார். அதன் பயனாக அரசாங்கம் இந்தக் கொடிய பழக்கத்தைத் தடை செய்தது. எனவே எல்லூரில் மிருகங்கள் எல்லாம் இந்தக் கழுமரத்தில் கட்டிவைக்கப்படுகின்றன. எல்லூரைச் சுற்றியுள்ள பல கிராமங்களில் இன்னமும் இந்தக் கழுவேற்றும் பழக்கம் நீடிக்கிறது. இந்த வண்டிகளில் நான்கு அல்லது ஐந்து கழுமரக் கம்புகள் இருக்கும். ஒன்பது கழுமரக் கம்புகள் அரிதாகவே காணப்படும். கர்னூல் மாவட்டத்தின் ஒரு கிராமத்தில் இதுபோலவே ஓர் அலகு குத்தித் தொங்கும் சடங்கு ஒன்று பின்பற்றப்படுகிறது. அங்காளம்மனுக்கான திருவிழாவின் ஐந்தாம் நாள், ஒரு பெரிய தேர் செய்யப்பட்டு, அதன் மேலே கழுமரக்கம்புகள் வெளி நோக்கியவாறு இருபது அடி உயரத்தில் பொருத்தப்படுகிறது. இதில் ஒரு செம்மறியாடு அதன் சதையில் இரும்பு கொக்கி சொருகப்பட்டு தொங்கவிடப்பட்டுச் சுற்றப்படுகிறது. அந்தக் கிராமத்தின் இரண்டு மூன்று வயசாளிகள் என்னிடம், மனிதர்களும் இதுபோல இரும்புக் கொக்கியில் தொங்குவதுண்டு என்றும், இதில் வலி ஏதும் இருப்பதில்லை என்றும் கூறினார். இந்த ஆடு தொங்கவிடப் பட்டதும், எருமைகளும், ஆடுகளும் அம்மனுக்குப் பலியிடப்பட்டு, இந்தத் தேர் ஊர் முழுதும் சுற்றி வருகிறது.

ஒரு கொடூரமான பன்றி பலி

கால்நடை நோய்கள் வரும்போது, ஊர் எல்லையில் ஒரு பன்றியைக் கழுத்துவரைப் புதைத்து வைத்து, அதனருகே ஒரு குவியல் சோறு

வைத்து, அந்தப் பன்றியின் மேல் ஊரில் உள்ள கால்நடைகளை எல்லாம் ஓடவிடுவது ஒரு வழக்கம். குடிவாடாபோல், இந்த ஓடும் கால்நடைகள் மேல் எதுவும் தெளிப்பதில்லை.

இ. தர்ஸ்டன் எழுதியுள்ள 'தென்னிந்தியாவில் மக்கள் இன அமைப்பியல்பற்றிய குறிப்புகள்' என்ற புத்தகத்தில் இதுபோன்ற ஒரு வழக்கம் தென்னிந்தியாவின் நாடோடிக் கூட்டமான லம்பாடிகளிடம் இருப்பதைத் தெரிவிக்கிறார்: 'பழைய நாட்களில், லம்பாடிகள், தங்கள் பயணத்தைத் துவங்குவதற்கு முன், ஒரு சிறு குழந்தையைத் தரையில் அதன் தோள் வரை புதைத்துவிட்டு அதன் மேல் தங்கள் மாட்டுவண்டிகளை ஓட்டி விடுவார்கள். இந்த மாட்டுவண்டிகளால் எவ்வளவு தூரம் அந்தக் குழந்தை நசுங்கப்பட்டு இறந்துள்ளதோ, அந்த அளவிற்குத் தங்கள் பயணம் நன்றாக இருக்கும் என்பது அவர்களின் நம்பிக்கை.'

இந்தப் புதைக்கப்பட்ட பன்றியின் மேல் கால்நடைகளை ஓட விடுவது ஏதேனும் வேளாண்குடி கடவுளுக்குச் செய்த சடங்காக இருக்கலாம். பண்டைய கிரீஸில் பன்றியானது அப்ரோடைட், அடோனிஸ், டிமிடர் போன்ற வேளாண் தெய்வங்களுக்கு உகந்ததாகக் கருதப்பட்டது. அல்லது லம்பாடிகளைப் போன்று பண்டைய மனிதப் பலி கொடுக்கும் வழக்கத்தின் எச்சமாகவும் இருக்கலாம்.

கர்னூல் மாவட்டத்தைச் சேர்ந்த வயதான முதியவர் ஒருவர் என்னிடம் ஒரு புதிய கிராமத்தைத் தோற்றுவிக்கும்போது செய்யும் சடங்குகள்பற்றி அவரது முன்னோர்கள் கூறியதைச் சொன்னார். ஒரு நல்ல இடமும், நல்ல நாளும் தேர்ந்தெடுக்கப்பட்டு, அந்த இடத்தின் நடுவில் ஒரு பள்ளம் தோண்டப்படுகிறது. அந்தப் பள்ளத்தில் பல்வேறு தானியங்கள், தங்கம், வெள்ளி, பித்தளை, இரும்பு, ஈயம் முதலான ஐந்து உலோகங்கள் போடப்பட்டு, அங்கே வெளியே மூன்றரை அடி உயரமான 'பொட்டு ராயீ' என்னும் தொப்புள் கல் நடப்படுகிறது.

பின் இந்தப் புது கிராமத்தின் எல்லையில், கால்நடைகள் ஊருக்குள் வரும் வீதியின் நடுவில், ஒரு பன்றி உயிருடன் புதைக்கப்படுகிறது. இந்தப் பன்றிகள் புதைக்கப்படும் சடங்கின் காரணங்களுக்கு இது ஒத்துவருகிறது. கிராமத்தின் நுழைவுப் பகுதியில் இந்தப் பன்றி புதைப்பது கிராமத்தின் வளத்திற்கும், வளர்ச்சிக்கும், வேளாண் குடியின் வளத்திற்கும், நிலங்கள் நன்றாகச் செழிப்பாக இருப்பதற்கும், கால்நடைகள் ஆரோக்கியத்துடன் பல குட்டிகள்

ஈனவும் வேண்டி இருக்கலாம். இல்லையெனில் ஒரு மனிதனைப் பலிகொடுப்பதற்குப் பதிலாகவும் இருக்கலாம்.

ஒரு புதிய கட்டடமோ, இடமோ மனிதப் பலியுடன் ஆரம்பிப்பது என்பது இந்தியாவில் ஒரு பொதுவான நம்பிக்கை. இன்றளவும் ஒரு புதுப் பாலம் ஆற்றின் குறுக்கே கட்ட ஆரம்பித்தால், அந்த ஆற்றின் ஓரத்தில் வாழும் கிராம மக்கள் பீதி அடைகின்றனர். ஒன்றோ அதற்கு மேற்பட்ட அளவிலோ தங்களின் குழந்தைகள் அந்தப் பாலத்தின் முதல் தூணின் கீழ் பலி கொடுக்கப்பட்டு விடுவார்கள் என்ற பயமே இந்தப் பீதிக்குக் காரணம்.

கடப்பா மாவட்டத்தின் கலசபாடுக்கு நான் சென்றபோது அங்கிருந்த மதபோதகர் ஒரு சம்பவம் சொன்னார். அங்கிருந்த மிஷனின் வைத்தியசாலையில் ஒரு புதுப் பகுதி திறக்கப்பட்டபோது அதற்கு யாரும் வரவில்லை. முதலில் அங்குச் செல்பவர்கள் பலி கொடுக்கப் படுவார்கள் என்று அந்த மக்கள் நினைத்ததே காரணம். இதற்காக ஒரு மதக்கூட்டம் நடத்தி இந்தப் பயத்தைத் தெளிவுறுத்தினார்களாம். இது ஓர் இந்து மத வைத்தியசாலை எனில், ஓர் ஆடோ செம்மறியோ பலி கொடுத்து இந்தப் பயத்தைப் போக்கியிருக்கலாம்.

மனிதர்களுக்குப் பதிலாக இவ்வாறு மாற்று என்பது இந்தியாவில் சாதாரணமாக இருக்கிறது. மேலே குறிப்பிட்ட அலகு குத்தும் திருவிழாவில், மனிதருக்குப் பதிலாக ஓர் ஆட்டைத் தொங்கவிடுவது தெலுங்கு மற்றும் தமிழ் மாவட்டங்களில் சாதாரணமாக நடக்கிறது.

தோடர்களிடையே சிசுக்கொலை.

நீலகிரி மலைகளில் உள்ள தோடர்களிடையே பெண் குழந்தைகள் வேண்டாதவையாகக் கருதப்பட்டு, அவற்றை அவர்களின் குடிசைகளின் முன்னே போட்டுவிடுவார்கள். பின் அந்தக் குழந்தையின் மீது எருமைகளை ஓடவிடுவார்கள் என்றும், அதிலும் தப்பிப் பிழைக்கும் பிள்ளைகள் வாழவைக்கப்படும் என்றும் கேள்விப்பட்டிருக்கிறேன்.

இந்த வழக்கத்தைத் தோடர்கள் மறுக்கிறார்கள் என்பதையும் இங்கு பதிவு செய்வதே நியாயமாகும். தர்ஸ்டன் மீண்டும் கூறுகிறார்: ‘கர்னல் மார்ஷலிடம் பேசிய ஒரு வயதான தோடரின் இந்தக் கருத்து அவர்களிடையே நிலவியதாகச் சொல்லப்படும் சிசுக்கொலை களைப்பற்றித் தெளிவுறுத்துகிறது: ‘சல்லிவன் (நீலகிரி வந்த முதல் ஆங்கிலேயர்) அவர்கள் நீலகிரி மலைக்கு வந்தபோது நான் ஒரு

சிறுவன். அப்போது சிசுக்களைக் கொல்வது ஒரு பழக்கமாக இருந்தது. ஆனால் இப்போது யாரும் அதைச் செய்வதில்லை. இது தவறு என்றோ, குழந்தைகளைக் கொல்லக்கூடாது என்றோ எனக்குத் தெரியாது. ஆனால் நாங்கள் ஏழைகள், எங்களால் குழந்தைகளைக் காப்பாற்ற முடியாது. இப்போது எல்லோரிடமும் மேலாடை (புட்குழி) இருக்கிறது. பழைய நாட்களில் ஒரு குடும்பத்திற்கு ஒன்றுதான் இருக்கும். எந்தக் கடவுள்களை சந்தோஷப்படுத்தவும் நாங்கள் பிள்ளைகளைக் கொல்லவில்லை.

'இந்தக் குழந்தைகளுக்கு அதன் தாய், பால் தருவதில்லை. பெற்றோர்கள் குழந்தைகளைக் கொல்வதில்லை. எங்களாலும் கொல்ல முடியுமா என்ன? எருமைகளை ஓடவிட்டு இந்தக் குழந்தைகளை நாங்கள் கொன்றோம் என்பது பொய். அதுபோலவே எருமைப் பாலில் மூழ்கடித்துக் கொன்றோம் என்பதும் பொய். ஆண் குழந்தைகள் எப்போதும் கொல்லப்படுவதில்லை. பெண் குழந்தைகள் மட்டுமே. அதுவும் நோய்மையுற்ற, ஊனமான குழந்தைகளைக் கொல்வதில்லை.

'குடும்பத்தில் ஏற்கெனவே ஒரு பெண்ணோ அல்லது இரு பெண்களோ இருக்கும்போது அடுத்துவரும் பெண் குழந்தை களையே கொல்வோம். ஒரு வயதான கிழவி இந்தக் குழந்தை பிறந்தவுடன் எடுத்துச் சென்று ஒரு துணியால் அதன் மூக்கு, வாய் மற்றும் காதைப் பொத்திவிடுவாள் (செய்து காட்டுகிறார்). அந்த குழந்தை சிறிது நேரத்தில் தலை சாய்ந்து, தூங்கப் போய்விடும். அதன் பின் அதை மண்ணில் புதைத்து விடுவோம். இதற்கு அந்தக் கிழவிக்கு நான்கு அணாக்கள் கொடுக்கப்படும்' என்கிறார்.

இந்த எருமைகள் பற்றிய குறிப்பு மடகாஸ்கர் தீவில் இருக்கும் பழக்கமான, பிறந்த குழந்தையை எருமைப்பட்டியின் வாயிலில் வைத்துவிட்டு, எருமைகளை ஓடவிட்டு, அவை இந்தக் குழந்தையை மிதிக்கின்றனவா என்று பார்ப்பது போன்று இருக்கிறது.'

மசூலிப்பட்டினம்

மசூலிப்பட்டினத்தில் குடிவாடாவில் நடப்பதுபோன்றே சடங்குகள் நடத்தப்படுகின்றன. இங்கு ஒரு வண்ணார் வேப்பிலையால் அலங்கரிக்கப்பட்ட பானையில் மோரை ஊற்றி பாதி வரை நிறைத்துவிட்டு, மேளங்களுடன் ஊரைச் சுற்றி வருகிறார். போகும்போது ஒவ்வொரு வீட்டிலும் நின்று, அந்த வீட்டின் குடும்பத்தலைவி அந்தப் பானையின் அருகே நீர் ஊற்றி, வணங்கி விட்டு, அந்தப் பானையின் உள்ளே இன்னமும் கொஞ்சம் சோறும்,

மோரும் ஊற்றுகிறாள். இந்தப் பானை நிறைந்தவுடன் அது பந்தலுக்கு எடுத்துச் செல்லப்பட்டு, இன்னொரு பானை கொண்டுவரப்படுகிறது. இந்தத் திருவிழா பதினைந்து நாட்கள் நடப்பதால், இந்தச் சோறும், மோரும் நிறையவே சேர்ந்துவிடுகிறது.

இந்தத் திருவிழாவில் பங்குபெறும் வண்ணார்கள், குயவர்கள், மாலா மற்றும் மடிக சாதியினர் இவற்றைச் சாப்பிட்டு விடுகிறார்கள். பலிகள் பதினாறாம் நாள் தொடங்கி ஒரு மாதம் நடைபெறுகிறது. அம்மனுக்குச் சோறும், மோரும், பருத்தி நூலும் வைத்துப் படைக்கப்படுகிறது. அம்மனுக்கு மஞ்சள், குங்குமம் பூசப்படுகிறது. கடைசி நாளன்று 'தேவரா பொட்டு' என்றழைக்கப்படும் ஆண் எருமை கொண்டு வரப்பட்டு, மடிகர் ஒருவரால் தலை வெட்டப்பட்டு பலி கொடுக்கப்படுகிறது. இந்த ரத்தம் சோற்றில் தெளிக்கப்பட்டு அது ஒரு கூடையில் வைக்கப்படுகிறது. இன்னொரு கூடையில், எருமையின் தலை வைக்கப்பட்டு, அதன் முன்னங்கால் அதன் வாயின் குறுக்குவெட்டாக வைக்கப்படுகிறது.

பின்னர் இந்த எருமைத் தலையின் மேல் ஒரு விளக்கு ஏற்றப்படுகிறது. ஒரு புதுத் துணியில் எருமையின் ரத்தத்தை நனைத்துக் கழுத்தில் கட்டிக்கொண்டு, எருமையின் தலை இருக்கும் கூடையைத் தலையில் சுமந்துகொண்டு ஒரு மடிகர் ஊரை வலம் வருகிறார். இது ஓர் அமங்கலமான, தீங்கான வேலையாகப் பார்க்கப்படுகிறது. ஊர் தலையாரி இதைச் செய்வதற்கு மடிகருக்குப் பல சலுகைகளைத் தரவேண்டி இருக்கிறது.

இந்த மடிகரின் உடலில் கயிற்றைக் கட்டி அவரைத் தீய ஆவிகள் கொண்டு சென்றுவிடாமல், அவரைச் சுற்றி நடப்பவர்கள் இறுகப் பிடித்துக்கொண்டு வருகிறார்கள். எலுமிச்சைகளை வெட்டி வானில் எறிந்துகொண்டே வருகிறார்கள். இந்த மடிகரை அவரின் தலையில் உள்ள எருமைத் தலை மற்றும் சோற்றுடன் தூக்கிச் செல்ல பெரும் பேய்கள் உயரமான மரங்களில் அமர்ந்து இருப்பதாக அவர்கள் நம்புகிறார்கள். இவ்வாறு இந்த தலையைத் தூக்கிக்கொண்டு ஊரைச் சுற்றிவருவது இந்தத் தீய ஆவிகளிடமிருந்து பாதுகாப்பளித்து ஓர் எல்லையை உண்டாக்கும் என்று நம்புகிறார்கள். ஊர் பொதுவிற்குப் பணம் தராதவர்கள் வீடுகளுக்கு இவர்கள் செல்லாமல் அவர்களை இந்தத் தீய ஆவிகள் பார்த்துக்கொள்ள விட்டுவிடுகிறார்கள்.

இந்த ஊர்வலம் 'பலி ஹரணம்' என்றழைக்கப்படுகிறது. மடிகர்களின் சில குடும்பங்கள் அரசாங்கத்திடம் இருந்து 'இனாம்' என்றழைக்கப்படும் வாடகை இல்லாத நிலங்களைப் பெற்று இவற்றைச் செய்து வருகிறார்கள். ஒவ்வொரு வீட்டிலிருந்தும்

குறைந்தது ஓர் ஆடோ, கோழியோ எனப் பல ஆடுகளும், கோழிகளும் பலி கொடுக்கப்படுகின்றன. இந்த மிருகங்களைக் கொல்லும் மடிகர், அந்த மிருகங்களின் உடலை எடுத்து தனது குடும்ப உறுப்பினர்களுடன் பகிர்ந்துகொள்கிறார். பல நேரங்களில் யார் இந்தப் பலிகளைச் செய்வது என்று நீதி மன்றங்களுக்கு வழக்குகள் வருகின்றன. நீதி வரும் வரை, திருவிழாவைத் தள்ளி வைக்கக் கூடாது என்பதால் பெரும்பாலும் ஊர்ப் பெரியவர்களே ஒரு முடிவுக்கு வந்து விடுகின்றனர். மசூலிப்பட்டினத்தில் நகராட்சி நிர்வாகமே இந்த மடிகருக்கு ஒரு லைசென்ஸ் வழங்குகிறது.

காக்கிநாடா

காக்கிநாடாவில் உள்ள ஒரே கிராம தேவதை நுகலம்மா ஆகும் (நுக்கு என்ற தமிழ் வார்த்தைக்கு அடிப்பது என்று பொருள்). ஆனால் இந்தத் தேவதை மிகுந்த கோபக்காரி என்றும், அடிக்கடி உக்கிரமாவாள் என்றும் என்னிடம் கூறினர். இப்போது இங்கிருக்கும் பூசாரி ஒரு மீனவப் பெண்ணாவாள். அவளின் குடும்பமே பரம்பரைப் பூசாரிகள். இப்போது அவள் குடும்பத்தில் அவள் மட்டுமே எஞ்சி இருக்கிறாள். ஓர் ஆண் உறவினர் துணை பூசாரியாக இருக்கிறார். நுகலம்மாவிற்கு தினமும் படையல் நடைபெறுகிறது. இங்கு ஒரு வினோத பழக்கம் செய்யப்படுகிறது. பலி கொடுத்த மிருகத்தின் தலையைக் கோயிலின் முன் வைத்து அதன்மீது தண்ணீரை ஊற்றுகின்றனர். அப்போது அந்த மிருகத்தின் வாய் திறந்தால் பலியை அம்மன் ஏற்றுக்கொண்டதாக அர்த்தமாகும். இன்னொரு பழக்கம், இந்தப் பலிகளின் பழைமைத் தன்மையை காட்டுவது, பலி கொடுத்தவுடன் அதன் ரத்தத்தை விரலால் எடுத்து நெற்றியில் இட்டுக் கொள்கிறார்கள்.

இந்தக் கோயிலில் வருடந்தோறும் ஒரு மாதத்திற்குத் திருவிழா நடைபெறுகிறது. தெலுங்கு புது வருடம் அன்று இந்தத் திருவிழா நிறைவுறுகிறது. இந்தத் திருவிழாவின்போது ஆறு பித்தளைப் பானைகள் ஊர்வலமாக எடுத்து வரப்படுகின்றன. இந்தப் பானைகள் இரண்டடி உயரமும், அதன் கழுத்தில் ஒரு ராஜ நாகத்தின் உருவம் அந்த பானைகளின் வாயின் மேல் படமெடுத்து இருப்பது போன்று அமைக்கப்பட்டு, ஒரு பெண்ணின் துணியினால் சுற்றி அலங்கரிக்கப் பட்டிருக்கிறது. இவற்றை ஆண்கள் தலையில் வைத்துக்கொண்டு ஒவ்வொரு வீடாகச் செல்கின்றனர். இந்தப் பானைகளில் எதுவும் இருப்பதில்லை.

ஒவ்வொரு வீட்டிலும், பெண்கள் வெளியில் வந்து இந்தப் பானை சுமப்பவர்களின் கால்களைக் கழுவி, அவர்களுக்கு அரிசியும்

பழங்களும் தருகிறார்கள். இவற்றை இந்தப் பானைக்குப் படைத்து, அந்தப் பானையின் கீழே இருக்கும் ஒரு சிறிய கால்கள் போன்ற சிற்பத்திற்கு வைத்து எடுக்கிறார்கள். பானை சுமப்பவர் இப்போது கொஞ்சம் மஞ்சளும், வேப்பிலையும் எடுத்து, அந்தப் பெண் களுக்குக் கொடுக்கிறார். படையல்கள் பூசாரிக்குச் சொந்தமாகும். அந்த வீட்டின் பெண்களும், குழந்தைகளும் அந்த மஞ்சளை நெற்றியில் இட்டுக்கொண்டு, வேப்பிலையைத் தலையில் செருகிக் கொள்கின்றனர். இதற்கு 'அம்மா வாரி பிரசாதம்' என்று பெயர். பூசாரிகள் மேளத்திற்கு ஆடிக்கொண்டே ஊரை வலம் வருகின்றனர்.

திருவிழாவின் கடைசி நாளில் எருமை, பலி கொடுக்கப்பட்டு, ஒரு வித்தியாசமான சடங்கு நிகழ்த்தப்படுகிறது. இது இந்த மாவட்டத்தில் உள்ள கிராமங்களில் நடப்பது என்று தெரிகிறது. மடிகரான வெட்டி, தலையை வெட்டியவுடன், அந்த ரத்தம் ஒரு பாத்திரத்தில் பிடிக்கப்பட்டு, அதில் ஒன்பது வகைத் தானியங்களும், பயறு வகைகளும் போடப்படுகிறது. இந்தப் பாத்திரம் அம்மனின் சிலையுடன் வைக்கப்பட்டு, மூன்று நாட்களுக்குக் கதவு பூட்டப்பட்டுவிடுகிறது. நான்காம் நாள் கதவு திறக்கப்பட்டு, அந்த ரத்தத்தில் இருந்து தானியங்களும், பயறுகளும் மெதுவாகப் பிரிக்கப்படுகின்றன. இவற்றில் எவை முளை விட்டிருக்கின்றனவோ அதுவே அந்த வருடம் அம்மனால் காட்டிக்கொடுக்கப்பட்ட தானியங்களாகும்.

இந்த மாவட்ட விவசாயிகள் இதைப் பார்த்தே அந்த வருடம் எதை விளைவிப்பது என்று முடிவு செய்கிறார்கள். இது கோதாவரி, மசூலிப்பட்டினம் மாவட்டங்களிலும் நடக்கிறது. நுகலம்மாவின் பலிகளில் ரத்தத்தின் பாகத்தைப் பார்க்கவேண்டும். பலி கொடுக்கப்பட்டவுடன், துணை பூசாரி விரல்களால் ரத்தத்தை எடுத்து நெற்றியில் இட்டுக்கொள்கிறார். இன்னமும் சிறிது ரத்தம் கோயிலின் கதவுகளில் பூசிவிடப்படுகிறது. அங்கிருக்கும் எல்லோரும் இந்த ரத்தத்தை நெற்றியில் பூசிக்கொள்கின்றனர். அதன் பின்னர், இந்த ரத்தத்தில் மஞ்சளும் சோறும் கலந்து அது ரத்தத்தைப் பாத்திரத்தில் பிடித்த மடிகர் மீதும் தெளிக்கப்படுகிறது.

காலரா வரும் நேரங்களில், நுகலம்மாவிற்குப் பதிலாக இன்னொரு அம்மன் கும்பிடப்படுகிறார். வேப்ப மரத்தில் ஒரு மூன்றடி உயரத்தில் ஒரு கட்டையில் ஓர் உருவத்தைச் செதுக்கி அது மாரிடியம்மா என்ற பெயரில் இலைகளாலும், துணியாலும் கட்டப்பட்ட ஒரு பந்தலில் வைக்கப்படுகிறது. சோறும் மோரும் நிறைந்த பானை ஊர்வலம், மசூலிப்பட்டினம் போலவே இங்கும் காலரா முடியும் வரை

நடத்தப்படுகிறது. அதன் பின் மூன்று கழுமரக் கம்புகளுடன் பத்து அல்லது பன்னிரண்டு மர வண்டிகள் செய்து அவற்றில் சோறும், குழம்பும் ஊற்றப்பட்டு, பலி கொடுத்த மிருகங்களின் ரத்தமும் கலக்கப்படுகிறது. இவற்றில் உயிருள்ள மிருகங்கள் கழுவேற்றப் படுகின்றன. வண்டிகள் ஊர் எல்லைக்குச் சரியாக ஓடவில்லை என்றால், அம்மன் கோபமாக இருப்பதாகக் கருதி இந்தக் கழுவேற்றுதல் நடைபெறுவதாக என்னிடம் கூறினர்.

எல்லூர்

இவ்வூர்த் திருவிழாக்களில் பலி கொடுக்கப்படும் எண்ணிக்கை அதிகமாக இருக்கும். எல்லூரில் இருக்கும் முக்கியமான மிகப் பெரிய கோயிலான மகாலட்சுமி கோயிலின் வருடத் திருவிழாவில் ஒரே நாளில் ஆயிரம் மிருகங்கள் வரை பலிகொடுக்கப்படுகின்றது. ஊர் பணக்காரர்கள் இருபது அல்லது முப்பது மிருகங்களை அனுப்புகிறார்கள். பலி கொடுக்கும் இடத்தில் ரத்தம் ஆறு போல் ஓட, வண்டிகளில் மணல் கொண்டுவந்து அதன்மேல் கொட்டு கிறார்கள். வெட்டப்பட்ட தலைகள் எல்லாம் பதினைந்து அடி உயரத்திற்குக் கோயிலின் முன் குவிக்கப்பட்டு இருக்கிறது. இந்தக் குவியலின் மேல் ஓர் ஒன்றரை அடி விட்டமுள்ள மண் விளக்கில், நல்லெண்ணெய் ஊற்றி, ஒரு பெரிய பருத்தித் திரி போட்டு விளக்கு எரியவைக்கப்படுகிறது. கொல்லப்படுவதற்கு முன் இந்த மிருகங்களுக்கு 'நமஸ்காரம்' செய்கிறார்கள். இந்தப் பலிகள் நாள் முழுதும் நடக்கிறது.

நடு இரவில் இருபது அல்லது இருபத்தி ஐந்து எருமைகள் அங்கிருக்கும் மடிக பூசாரியால் தலைகள் வெட்டப்பட்டு பலியிடப்படுகின்றன. தலை இல்லாத இந்த உடல்கள், படையலுக்குக் குவித்து வைக்கப்பட்டிருக்கும் சோறின் மீது கிடத்தப்பட்டு, சோறு ரத்தத்தில் நனைய வைக்கப்படுகிறது.

ஒவ்வொரு பகுதியில் இருப்பதுபோல இங்கும் இதற்குப் பிறகு நடக்கும் சடங்குகள் வேறுபடுகின்றன. பத்துப் பதினைந்து கூடைகளில் இந்தச் சோறு போடப்பட்டு, எருமைகளோ, எருதுகளோ இழுக்கும் ஒரு வண்டியில் ஏற்றப்பட்டு, ஒரு மடிக பூசாரியுடன் இழுக்கப்படுகிறது. தெருவிலும், வீட்டுச்சுவரிலும் இந்தச் சோற்றை எறிந்துகொண்டே, ' பொலி! பொலி!' என்று கத்திக்கொண்டே மடிகர்கள் நடக்கிறார்கள். இந்த ஊர்வலத்தில் சூத்திரர்கள், கம்மாக்கள் மற்றும் பல சாதியினர் இருந்தாலும், தீண்டத்தகாத சாதியைச் சேர்ந்த மாலா மற்றும் மடிக சாதியினர்

மட்டுமே இவ்வாறு சத்தம் போட்டுக்கொண்டு வருகிறார்கள். இந்த ஊர்வலத்தில் வேறு மேளச்சத்தங்கள் இல்லாமல், இரண்டு அல்லது மூன்று பந்தங்களுடன் நடக்கிறார்கள். சத்தம் போட்டாலோ, அதிக வெளிச்சம் இருந்தாலோ, தீய ஆவிகள் இவர்களுக்கு ஏதேனும் தீங்கு விளைவிக்கும் என்று நம்புகிறார்கள்: ஆனால் சில கிராமங்களில் சத்தம் எழுப்பி, கம்புகளைத் தூக்கிக்கொண்டு போனால் தீங்கு நேராது என்றும் நம்புகிறார்கள்.

இந்த ஊர்வலம் ஆரம்பிப்பதற்கு முன் இந்த எருமைகளின் தலைகள் எல்லாம் சன்னதியின் முன் வைக்கப்பட்டு, ஒவ்வொரு எருமையின் வாயிலும் அதன் முன்னங்கால் குறுக்காக வைக்கப்பட்டு, அதன் கண்கள் மற்றும் மூக்கில் குடல்களின் கொழுப்பு தடவப்பட்டு, தலையில் ஓர் அகல் விளக்கு ஏற்றப்படுகிறது. பம்பலாக்கள் மேளம் அடித்துக்கொண்டு, கங்கம்மாவின் கதையை விடியும்வரைப் பாடுகின்றனர். காலை எட்டு மணிபோல், இந்தத் தலைகள் எல்லாம் தனித்தனிக் கூடைகளில் போடப்பட்டு, மேளச்சத்தத்துடன் ஊர்வலமாக எடுத்துச் செல்லப்படுகிறது. எல்லா சாதியினரும் செல்லும் இந்த ஊர்வலத்தில் முன்னாட்களில் கலவரங்கள் நடந்ததாகவும், இப்போதும் காவல் துறை உதவியுடன் இந்த ஊர்வலம் நடப்பதாகவும் கூறுகின்றனர். ஊரின் எல்லைக்கு வந்தவுடன், இந்தத் தலைகள் தூக்கி எறியப்பட்டு விடுகின்றன. எல்லா மக்களும் அங்கிருக்கும் கால்வாயில் குளித்துவிட்டு வீடு திரும்புகின்றனர்.

மூன்று மாதங்கள் நடக்கும் இந்தத் திருவிழாவின் கடைசி நாளில், வேப்ப மரத்தில் செய்த ஒரு சிறு மரத்தேர், நான்கு திசையிலும் கழுமரக் கம்புடன் வருகிறது. இந்தக் கம்புகளில் பன்றியும், கோழியும் கட்டப்பட்டு இருக்கின்றன. கழுவில் ‘துபாகாய’ என்ற பழம் குத்திவைக்கப்படுகிறது. ஒரு மஞ்சள் துணியில் எருமைகளின் ரத்தத்தைத் தெளித்து, வேப்பிலையுடன் சேர்த்து இந்தத் தேரில் கட்டிவைக்கப்படுகிறது. இந்த வண்டியில் ஒரு பம்பலா உட்கார்ந்துகொள்ள, நூற்று எண்பது மீட்டர் நீளமுள்ள கயிற்றால், எல்லா சாதியினராலும், மேளச்சத்தம் முழங்க இழுக்கப்படுகிறது. ஊர் எல்லையில் கொண்டுபோய் விடப்பட்டு, அதில் இருந்த மிருகங்கள், தீண்டத்தகாத சாதியினரால் எடுத்துக் கொள்ளப் படுகிறது.

சில சமயங்களில், கங்கம்மாவிற்கு வீட்டிலேயே பலி கொடுக்கப் படுவதும் உண்டு. முதலில் வீட்டுச் சுவரைச் சாணியால் மெழுகி, அதில் குங்குமத்தால் கீழே கண்டவாறு வரைந்து கொள்கின்றனர்.

வலதுபக்கம் இருப்பது சூரியனையும், சந்திரனையும் குறிக்கும். இடது பக்கம் இருப்பது சிவனடியார்களின் குறியாகும். இந்தக் குறிகளுக்கு முன்னால் ஆடுகள் மற்றும் கோழிகளைப் பலி கொடுக்கின்றனர். இந்த வீட்டுப் பலிகளில் ஆட்டின் மீது நீர் தெளித்து அது நடுங்குகிறதா என்று பார்க்கிறார்கள். இது எல்லூரில், கோயிலில் நடக்கும் பலிகளில் பார்ப்பதில்லை.

தர்மஜா குடேம்

எல்லூரில் இருந்து பதினாறு மைல் தூரத்தில் உள்ள தர்மஜா குடேம் என்ற கிராமத்தில், பலிகள் மற்றும் திருவிழாக்கள் பிற இடங்களில் நடப்பதுபோன்றே இருந்தாலும், ஒன்றிரண்டு வேறுபாடுகள் இருக்கின்றன. இந்தக் கிராமத்தின் கிராம தேவதைகள் எல்லாரம்மா, கங்கம்மா, முத்யாலம்மா மற்றும் ரவேலம்மா ஆகும். இவர்கள் ஆறடி உயரமுள்ள நான்கு கல்தூண்களால் குறிக்கப்பட்டு, ஊரின் வெளியே உள்ள ஒரு வெளியில் இருக்கிறார்கள்.

ஆனால் கொள்ளை நோய்க்காலங்களில், முத்யாலம்மா, கங்கம்மா, அங்கம்மா, மகாலட்சுமியம்மா ஆகிய நால்வரே வழிபடப்படு கின்றனர். இவர்களின் சிற்பங்கள் களிமண்ணில் செய்யப்படுகிறது. மகாலட்சுமியம்மாவின் சிலை மட்டும் மஞ்சளை அரைத்துச் செய்யப்படுகிறது.

மகாலட்சுமிக்கு ஒரு பிராமணரும், கங்கம்மாவிற்கு ஒரு வண்ணாரும், அங்கம்மாவிற்கு ஒரு குயவரும் பூசாரியாக இருக்கிறார்கள். மூன்று மாதம் நடக்கும் இந்தத் திருவிழாவில், இந்தப் பிராமணரே பெரும்பாலான நாட்கள் தலைமை ஏற்கிறார். எல்லா நாட்களும் மக்கள் பூக்கள், பழங்கள், தேங்காய், கற்பூரம் மற்றும் தூபம் போன்றவற்றைப் படைக்கிறார்கள். இந்த நாட்களில் மிருக பலி நடப்பதில்லை. இந்த நாட்களில் கடவுள்களுக்கு முன் ஒரு மேடை அமைக்கப்பட்டு அதில் நடனப்பெண்கள் வந்து ஆடு கின்றனர். அப்போது அவர்கள்மீது அம்மன் இறங்குவதாகத் தெரிகிறது. கொள்ளை நோய் குறையும் நேரம், பிராமணப் பூசாரியின் வேலையும் முடிகிறது.

அன்றைய மதியமே பலிகள் ஆரம்பிக்கின்றன. முதலில் ஓர் ஆடு பலி கொடுக்கப்படுகிறது. அதன்மீது நீரை ஊற்றி அது நடுங்குகிறதா

என்று பார்க்கப்படுகிறது. அது நடுங்கிவிட்டால், அம்மன் சந்தோஷப்பட்டு விட்டதாகவும், நோய் விலகிவிடும் என்றும் நம்பப்படுகிறது.

இதன் பின், தெலுங்கு நாட்டின் ஏனைய இடங்கள்போலவே ஆடுகளும் கோழிகளும் வண்ணாராலும், எருமைகள் மடிக சாதியினராலும் பலி கொடுக்கப்படுகின்றன. இந்த ஆடு, எருமை களின் தலைகளில், வாயின் குறுக்கே முன்னங்கால் வைக்கப்பட்டு, அதன் கண்கள், மூக்கில் அவற்றின் குடல் கொழுப்பு பூசப்பட்டு, ஓர் அகல்விளக்கு அவற்றின் தலைகளில் ஏற்றப்படுகிறது. பின்னர் அவற்றின் ரத்தம் தோய்ந்த சோறு கூடைகளில் எடுத்துச் செல்லப்பட்டு, ஊர் முழுதும் தெளிக்கப்படுகிறது. எருமையின் தலையை ஒரு கூடையில் வைத்து ஒரு மடிகர் தூக்கி வருகிறார். வேறு கிராமத்தில் இருந்து யாரும் வந்து இந்தச் சோற்றையும், ரத்தத்தையும் எடுத்துச் சென்றுவிடாமல் கவனமாகப் பார்த்துக் கொள்கின்றனர். ஒரு மரத்தேரில் மிருகங்களைக் கழுவேற்றுவதும் இங்கு நடை பெறுகிறது.

பீமடோலே

எல்லூரில் இருந்து இருபது மைல் தொலைவில் உள்ள இன்னொரு கிராமமான பீமடோலேவில் அறுவடைக்கும் கிராமதேவதை வழிபாட்டுக்குமான நேரடித் தொடர்பைக் கண்டேன். இங்கு அறுவடைக் காலமான நவம்பர் அல்லது டிசம்பர் மாதத்தில் ஏதேனும் ஒரு செவ்வாய்க்கிழமையில் இங்கு வருடத் திருவிழா நடைபெறுகிறது.

திருவிழா அன்று அரை டன் அரிசி (500 கிலோக்கள்) சமைக்கப்பட்டு, அந்தச் சோறு கடவுளின் முன் குவிக்கப்படுகிறது. அதன் மீது அரிசி மாவினால் ஒரு பெரிய விளக்கு (அரை லிட்டர் எண்ணெய் பிடிக்கும் அளவு) செய்யப்பட்டு ஏற்றப்படுகிறது. இதன் கிழக்கே தரையில் கள் கொட்டப்பட்டு, தூபமும், கற்பூரமும் ஏற்றப்படுகிறது. மக்கள் கடவுளின் முன் விழுந்து சாஷ்டாங்க 'நமஸ்காரமாய்' வணங்குகின்றனர். இதன் பின் இருநூறு ஆடுகளும், செம்மறிகளும் பலி கொடுக்கப்படுகின்றன.

வேறு இடங்களைப்போல் இங்கு ரத்தம் தோய்ந்த சோறு, வீடுகளின்மீது தெளிக்கப்படுவதில்லை. ஒவ்வொரு விவசாயியும் தன்னுடைய வேலைக்காரனிடம் (தீண்டத்தகாதவர்) ஒரு கை ரத்தம் தோய்ந்த சோற்றைக் கொடுத்து அவருடைய வயலில் தெளிக்கச்

சொல்லுகிறார். அன்றே மூன்று கையளவு பயிரும் அறுவடை செய்யப்பட்டு, அறுவடை ஆரம்பிக்கப்படுகிறது. எருமைகள் இதில் பலியிடப்படுவதில்லை.

இதுவே கொள்ளை நோய்க் காலங்களில், ஒரு சிறப்புத் திருவிழா நடத்தப்பட்டு, ஐந்து / ஆறு எருமைகளும், முந்நூறு ஆடுகளும் பலி கொடுக்கப்படுகின்றன. எருமைகளே கடைசியாகப் பலி கொடுக்கப்படுகின்றன. அதிலும் 'பெத்த வேட' (பெரிய பலி) என்றழைக்கப்படும் எருமை கடைசியாக இரவு பத்து மணி சமயத்தில் பலி கொடுக்கப்படுகிறது. மற்ற எருமைகளின் ரத்தமோ, ஆடுகளின் ரத்தமோ அன்றி, பெத்த வேடவின் ரத்தம் மட்டுமே சோற்றின்மீது நனைக்க விடப்படுகிறது. இந்த எருமையின் தலையும், உடலும் சோற்றின் மீதே வைக்கப்படுகிறது. தலையின் வாயில், குறுக்காக முன்னங்காலும், கண்ணிலும், மூக்கிலும் கொழுப்பு தடவப்பட்டு, தலையில் விளக்கு ஏற்றப்படுகிறது.

இரவு பதினொரு மணிபோல் இந்தத் தலை மாலா சாதியினர் ஒருவரால் (மடிகர் அல்ல) தலையில் சுமக்கப்பட்டு, ஊர் எல்லை வழியாக மூன்று முறை சுற்றி வரப்படுகிறது. அப்போது நிலத்தின்மீது அந்த ரத்தம் தோய்ந்த சோற்றைத் தெளித்துக் கொண்டும், வழியில் வரும் கால்நடைகளின் மீது தெளித்துக் கொண்டும், ஊர்வலமாகச் செல்கின்றனர்.

எதிர் பக்கத்தில் உள்ள படத்தில் மாலா சாதியினரால் வழிபடப்படும் போசம்மா என்ற அம்மனின் படத்தைப் பார்க்கலாம். இந்தக் கோயிலின் மேலே ஒரு மண் விளக்கு இருக்கிறது.

படம் 13 : போசம்மா கோயில்

படம் 14 : கூத்தாண்டவர்

அத்தியாயம் – 5

கன்னட நாட்டில் வழிபாட்டு முறைகள்

கன்னடர்கள் இனவியல் முறையில் தெலுங்கு மக்களுடன் நெருக்கமானவர்கள். எனவே அவர்களின் வழிபாட்டு முறைகளில் ஓர் ஒற்றுமையை எதிர்பார்க்கலாமா என்பதுபற்றிப் பார்ப்போம்.

பெல்லாரி மாவட்டம்

பெல்லாரி மாவட்டத்தில் துர்கம்மா, சுங்கலம்மா மற்றும் ஊரம்மா ஆகிய தெய்வங்களே பொதுவாக வழிபடப்படுகின்றன. இதில் ஊரம்மா என்பதற்கு ஊர் அம்மன் அல்லது கிராம தேவதை என்றே அர்த்தம். இந்த அம்மனுக்கு வருடா வருடம் திருவிழாக்கள் நடப்பதில்லை. ஆனால் ஒரு வருடத்தில் நல்ல அறுவடையோ இல்லை காலரா அல்லது பிளாக் நோயோ வரும்போது திருவிழா எடுக்கப்படுகிறது. இந்தத் திருவிழாக்கள் பற்றி ஓர் ஆசாடி எனக்கு கூறியது இது.

இப்போது ஊருக்குள் காலரா வந்துவிட்டது என்று வைத்துக் கொள்வோம். இந்த நோய் சென்றுவிட்டால் பலி கொடுப்பதாக கிராமத்தினர் வேண்டிக் கொள்கின்றனர். ஒரு செவ்வாய்க்கிழமை திருவிழா நடத்துவதாக நாள் குறிக்கப்படுகிறது. அதற்கு முந்தைய செவ்வாய்க்கிழமை, ஊர் ரெட்டி (கிராம நீதிபதி) வீட்டில் ஒரு மண் கொப்பரையில் எண்ணெய் ஊற்றி, பெரிய ஒரு பருத்தியிலான திரி போட்டு, எரியவைக்கப்படுகிறது. இது, திருவிழா முடியும் வரை எரிய வேண்டும். ஊர் தச்சர் மரத்தால் ஆன அம்மன் சிலை ஒன்றும், ஒரு மர வண்டியும் செய்கிறார். ஊரின் வெட்ட வெளி ஒன்றில், இலைகளும், துணிகளும் கொண்ட பந்தல் ஒன்று அமைத்து, அதைப்

பூக்களால் அலங்கரிக்கின்றனர். நிச்சயிக்கப்பட்ட செவ்வாய்க் கிழமை அன்று முதலில் ஒரு செம்மறி, தச்சர் வீட்டில் பலி கொடுக்கப்பட்டு, ஊர்த் தலையாரிக்கு (போய என்னும் சாதியைச் சேர்ந்த ஊர் வேலைக்காரர்கள்) கொடுக்கப் படுகிறது.

அந்தி சாயும் நேரம், அம்மன் ஒரு வண்டியில் வைக்கப்பட்டு பந்தலுக்கு ஊர்வலமாக எடுத்து வரப்படுகிறாள். சில கிராமங்களில் வண்ணார்கள் இந்த ஊர்வலத்தின் முன் நடக்கும் பாதையில் சுத்தமான துணிகளை வைத்துக்கொண்டே செல்வார்கள். இந்த அம்மனைக் கொண்டு வருபவர்கள் பாதம் மண்ணில் படக் கூடாது என்பதற்காகவே இது செய்யப்படுகிறது. அங்கிருந்து கிரா சாதியைச் சேர்ந்த ஒரு லிங்காயத்து (தென்னிந்தியச் சைவக் குழுக்களில் ஒன்று. ஒரு சிறு லிங்கத்தைக் கழுத்தில் எப்போதும் அணிந்திருப்பார்கள்.) பூ விற்பவரிடமிருந்து பூக்களால் செய்த ஒரு தொட்டில், ஒரு பானை கள், ஒரு கண்ணாடி, சில எலுமிச்சைகள் மற்றும் வழிபாட்டுக்குத் தேவையான சில பொருள்களைக் கொண்டு வந்து, தொட்டிலும், கண்ணாடியும் பந்தலுக்கு முன் தொங்கவும், ஏனைய பொருள்களை அம்மனுக்கு முன்பும் வைத்துவிடுகிறார்கள்.

இதில் கண்ணாடி ஒரு புனிதமான பொருளாகவும், எல்லா சாதியினராலும் வழிபாட்டுச் சடங்குகளில் உபயோகப்படுவதாகவும் என்னிடம் கூறினார்கள். அடுத்து ரெட்டியின் குடும்ப நபர்களால், ரெட்டி வீட்டிலிருந்த விளக்கு கொண்டு வரப்பட்டு அம்மன் முன் வைக்கப்படுகிறது. நான்கு படி அளவிற்குச் சோறு குவிக்கப்பட்டு, அதன் மேல் பூக்கள், வெற்றிலை, வாழை, பருப்புகள் மற்றும் தேங்காய் படைக்கப்பட்டு, தூபமும், வாசனைப் பத்திகளும் கொளுத்திவைக்கப்படுகின்றன.

கடந்த திருவிழாவின்போது அம்மனுக்கு நேர்ந்துவிடப்பட்ட எருமை இப்போது தீண்டத்தகாதவர்களின் சேரியில் இருந்து ஊர்வலமாகக்கொண்டு வரப்படுகிறது. அதன் முன் ஆசாடிகள் ஆடிக்கொண்டும், பாடிக்கொண்டும் வருகிறார்கள். இந்த எருமை அன்றைய தினம் முழுவதும் உணவும், நீரும் தரப்படாமல், மாலை இடப்பட்டு, மஞ்சளும், குங்குமமும் பூசப்பட்டு கொண்டு வரப்படுகிறது. இந்த எருமை ‘கவுடா கோண’ (எருமைக் கணவன்) என்று அழைக்கப்படுகிறது. இங்குச் சொல்லப்படும் கதையின்படி, இது பிராமணனாக வேடமிட்டு, ஒரு பிராமணப் பெண்ணைத் திருமணம் செய்த தீண்டத்தகாதவர் என்பது. இந்த பிராமணப் பெண்ணே இப்போது ‘ஊரம்மா’ என்று வழிபடப்படுகிறாள். ஒவ்வொரு திருவிழாவின் முடிவிலும் ஒரு புதிய எருமை

நேர்ந்துவிடப்படுகிறது. அப்படிச் செய்யாவிட்டால் அம்மன் கைம்பெண்ணாகி விடுவாள் என்று நம்புகின்றனர்.

இந்த எருமை, பந்தலுக்கு வந்தவுடன், அதை ஒரு பக்கமாகப் படுக்க வைத்து, அதன் தலையை ஓர் மடிகர் வெட்டுகிறார். ஒரு சிறு குழியின் மீது அதன் கழுத்து வைக்கப்பட்டு வெட்டப்படுகிறது. அந்தக் குழியில் சேரும் ரத்தத்தோடு, அதன் குடல்களும் கலந்து வைக்கப்படுகின்றன. இப்போது அதன் வலது கால், முட்டிக்குக் கீழே வெட்டப்பட்டு அதன் வாயில் குறுக்காக வைக்கப்படுகிறது. அதன் கொழுப்புகள் எடுக்கப்பட்டு அதன் கண்ணுக்குள்ளும் மூக்கிலும் தடவப்படுகிறது. அதன் முன்னந்தலையில் ஒரு மனிதனின் இரு கைகளின் அளவில் ஒரு விளக்கும், அதற்குக் கட்டைவிரல் அளவில் ஒரு திரியும் போடப்பட்டு, திருவிழா முடியும்வரை ஒரு விளக்கு ஏற்றப்படுகிறது.

ரத்தமும், குடலும் சோற்றுடன் கலக்கப்பட்டு, ஒரு கூடையில் வைக்கப்படுகிறது. இதை ஒரு நிர்வாணமான மடிகர், தலையில் சுமந்துகொண்டு ஊர் எல்லையை, வண்ணார் பந்தம் பிடிக்க, சில கிராமத்தினருடன் சுற்றி வருகிறார். இந்த எல்லையில் சுமந்து வரும் சோற்றைத் தெளித்துக்கொண்டே போகிறார். பந்தலின் முன் இருக்கும் குழியில் உள்ள ரத்தத்தை யாரும் எடுத்துக்கொண்டு வேறு கிராமங்களுக்குச் சென்று விடாமல் இருக்க பலத்த காவல் போடப்படுகிறது. முன் காலங்களில் இவ்வாறு எடுத்துப் போகிறவர்களைப் பிடித்துக் கொலை செய்துவிடுவார்களாம். பிரிட்டிஷ் ஆட்சியில் அப்படிச் செய்யமுடியாததால், பலத்த காவல் போடப்பட்டு, இந்தக் குழியின் அருகே வேற்று கிராமத்தவரை வர விடாமல் தடுத்துவிடுகின்றனர்.

மறுநாள், புதன் கிழமை, ஊர் மக்கள் தங்கள் நேர்த்திக்கடன் தீர்க்க இங்கே வந்து ஆடுகளைப் பலி கொடுக்கிறார்கள். ஆடுகளுடன், சோறு, பழங்கள், தேங்காய் போன்றவையும் படைக்கப்படுகின்றன. ஊரம்மாவிற்குக் கோழிகள் பலி கொடுக்கப்படுவதில்லை. ஆடு வெட்டப்பட்டவுடன், அதன் தலை வெட்டப்பட்டு, அதன் மூக்கில் தண்ணீர் விடப்படுகிறது. இப்போது அதன் வாய் திறந்தால் அது நல்ல சகுனமாகக் கருதப்படுகிறது. இந்த ஆடுகள் எடுத்துச் செல்லப்பட்டு, படைத்தவரின் வீட்டில் விருந்தாகிறது. தலைகள் எல்லாம் ஒன்றாகச் சேர்க்கப்பட்டு, கிராம கலைஞர்களுக்கும், அதிகாரிகளுக்கும் பங்கிட்டுத் தரப்படுகிறது.

அடுத்தநாள், வியாழக்கிழமை, மாலை நான்கு மணிபோல், பலி கொடுக்கப்பட்ட எருமையின் ஒரு பாகம், பந்தலின் முன்

சமைக்கப்பட்டு, ஐந்து இலைகளில் வைக்கப்பட்டு அம்மனுக்குப் படைக்கப்படுகிறது. இதை ஆசாடிகள் ஆட்டம், பாட்டுகளுடன், தேங்காய் உடைத்து, தூபம் ஏற்றிச் செய்கின்றனர். இதற்காக அவர்களுக்கு இருபது பைசா (ஓர் இலைக்கு நான்கு பைசா வீதம்) தரப்படுகிறது. படைத்த இலைகளை அவர்களே பந்தலுக்குச் சிறிது தூரத்தில் எடுத்துச் சென்று சாப்பிடுகின்றனர். இந்தப் படையல்களை வீட்டிற்கு எடுத்துச் செல்லக் கூடாது. மீதி இருக்கும் எருமையின் உடலைத் தீண்டத்தகாதவர்களுக்கும், தலையாரிகளுக்கும் தந்து விடுகின்றனர். அவர்கள் அவற்றில் கொஞ்சத்தை அங்கேயே சமைத்துச் சாப்பிட்டு விட்டு மீதி உள்ளதை வீட்டிற்கு எடுத்துச் செல்கின்றனர். சூரியன் மறைந்த பின், அம்மனை ஒரு மர வண்டியில் வைத்து, ஓர் ஆசாடி எருமையின் தலையைத் தன் தலையில் வைத்துக்கொண்டு முன்னே நடக்க, வண்டியை இழுத்துக்கொண்டு ஊர் எல்லைக்குச் சென்று அவர்களின் கிராம எல்லைக்குள், அம்மனை வைத்துவிட்டுத் திரும்புகின்றனர். இத்துடன் இந்தத் திருவிழா நிறைவுறுகிறது.

பெல்லாரி நகரம்

இதுபோன்றே திருவிழாக்கள், பெரியம்மை, மணல்வாரி தெய்வமான சுங்களம்மாவிற்கும், காலரா தெய்வமான மாரம்மாவிற்கும் நடைபெறுகிறது. பெல்லாரி நகரத்தில், துர்கம்மாவிற்கு ஓர் எறும்புப் புற்றுக் கோயில் உள்ளது. இது கல்லால் முப்பதடி நீளமும், எட்டு அல்லது பத்தடி உயரமும் கொண்டதாக உள்ளது. பல வருடங்களுக்கு முன் ஒரு வயதானக் கிழவி இந்த இடத்தில் ஒரு துர்கம்மா படத்தை வைத்து வழிபட்டதாகவும், அப்போது துர்கம்மா தோன்றி, தான் அந்த எறும்புப் புற்றில் இருப்பதாகக் கூறியதாக இங்கு ஒரு கதை நிலவுகிறது. இந்தப் புற்று பல வருடங்களில் மேலும் மேலும் வளர, இங்கு ஒரு கோயில் கட்டப்பட்டது. பால்காரர்களான கொல்லா சாதியைச் சேர்ந்த இந்தக் கோயில் பூசாரி, இங்கிருக்கும் ஒரு பழைய சுவரின் பின், நாற்பது ஆண்டுகளுக்கு முன், ஒரு பாம்பு இருந்ததாகவும், அது முட்டை, பால் போன்றவற்றைக் கோயிலில் உண்டதாகவும் கூறினார். இப்போது இந்தப் பாம்பு வருவதில்லை.

இங்கு நடக்கும் வருடாந்திரத் திருவிழாவில், ஆண் எருமைகள், செம்மறி, ஆடுகள், கோழிகள் முதலியவை பலி கொடுக்கப் படுகின்றன. எருமைப் பலி கொடுக்கப்பட்டவுடன், அதன் வாயில் அதன் கால் குறுக்காக வைக்கப்பட்டு, கண்ணிலும் மூக்கிலும் கொழுப்புத் தடவப்பட்டு, அதன் மீது ஒரு விளக்கு ஏற்றப்படுகிறது.

அப்போது இந்தப் பலி கொடுத்தவர், அம்மன் முன் வணங்கி ஒரு வரம் வேண்டுகிறார். அப்போது இந்த எருமைத் தலையின் வாய் திறந்தால், அந்த வரம் தந்ததாக அறிகிறார். இல்லையேல் ஏமாற்றத்துடன் திரும்புகிறார்.

பெல்லாரியின் தாசில்தார் என்னிடம், எருமைத் தலையின் வாயில் காலை வைப்பது, அது இறந்ததால் தசைகள் இறுகாமல் இருக்கவும், அப்போதுதான் இவ்வாறு நம்பிக்கையுடன் வேண்டுபவர்களை ஏமாற்றவும் இருக்கலாம் என்று கூறினார். ஆனால் இந்தப் பழைய பழக்கத்திற்கு இது ஏற்ற விளக்கமாக எனக்குப் படவில்லை. இந்த எருமையின் தோள்கள் மேளங்களுக்குக் கட்டவும், உடல்கள் தீண்டத்தகாதவர்களுக்கும், தலையாரிகளுக்கும் கொடுக்கப் படுகிறது.

உயிர் பலி கொடுக்க விரும்பாதவர்கள், ஆடு அல்லது செம்மறியின் வலது காதை வெட்டி, கோயிலைச் சுற்றி வந்து, பூசாரியிடம் கொடுத்துவிடுகிறார்கள். இந்தப் பலிகளின் ரத்தம் கோயிலிலோ, நகரத்திலோ தெளிக்கப்படுவதில்லை. பலி கொடுப்பவர்கள் அதனுடன் சோற்றையும் கொடுக்கிறார்கள். இந்த சோறு கோயிலின் முன் இலைகளில் குவித்து வைக்கப்பட்டு, அதில் மஞ்சளும் குங்குமமும் தடவப்பட்டு, மக்களுக்குப் பிரசாதமாகக் கொடுக்கப் படுகிறது. இந்தத் தெய்வத்திற்கு உகந்த நாட்களாக செவ்வாய் மற்றும் வெள்ளிக்கிழமைகள் கருதப்படுகின்றன. இதே நாட்களில் இந்தக் கோயில் பூசாரிகள் விரதத்தைக் கடைபிடிக்கின்றனர்.

துர்கம்மா கோயிலில் பிப்ரவரி மாதம் அலகு குத்தும் திருவிழா நடைபெறுகிறது. முன் காலத்தில் பக்தர்கள் ஒரு பெரிய கம்பின் உச்சியில் இருந்து தங்களின் முதுகில் அலகை செருகிக்கொண்டு தொங்குவார்கள். இப்போதெல்லாம் ஒரு மனிதனைப்போன்ற உருவமே தொங்கவிடப்படுகிறது. ஆனால் கன்னத்தில் அலகு குத்திக்கொண்டு இன்றும் கோயிலுக்கு வருவதைப் பார்க்கலாம். இந்த வெள்ளி அலகுகள் ஆறு இன்ச் நீளமாகவும், ஓர் ஊக்கைப்போல் இறுக மூடிக் கொள்வதாகவும் இருக்கிறது. ஒரு பித்தளை விளக்கைத் தலையில் வைத்துக்கொண்டு, கன்னங்களில் அலகு குத்திக்கொண்டு கோயிலுக்கு வருகின்றனர். சன்னதிக்கு முன், விளக்கை இறக்கி வைத்துவிட்டு, அலகைக் காணிக்கையாகத் தந்து விடுகின்றனர். இந்தவிதமாக வருவது பக்தர்களை ஒரே கவனத்துடனும், அம்மன் நினைவுடனும் வருவதற்கு உதவுவதாக தெரிவிக்கின்றனர்.

இதுபோலவே முன்னாட்களில், பெண்கள் வெறும் வேப்பிலை ஆடை மட்டும் அணிந்து கோயிலுக்கு வந்து விழுந்து வணங்கி

விட்டு, சாதாரண ஆடைகளை அணியும் வழக்கமும் இருந்ததாம். இப்போது குழந்தைகள் மட்டுமே இதைச் செய்கின்றனர். பெண்கள் ஓர் ஆடை அணிந்து அதன் மீது வேப்பிலை ஆடை அணிந்து வருகின்றனர். இந்த மாவட்டத்திற்குத் தெற்கே இருக்கும் மைசூர் மாநிலத்திலும் இதுபோன்ற வழக்கங்களும், விழாக்களும் நடைபெறுகின்றன. ஆனால் அங்கே இன்னமும் சூரிய வழிபாட்டின் தாக்கம் அதிகமாக இருப்பதாகத் தெரிகிறது.

பெங்களூர்

மகாராஜாவின் அரண்மனைக்கு அருகே உள்ள மகேஸ்வரம்மா கோயில், முன் போன்று இப்போது பிரபலமாக இல்லை. ஆனாலும் தினமும் பழமும், பூக்களும் கொண்டு படையல்களும், கற்பூரம், தூபம் கொண்டு வழிபாடுகளும் நடந்துகொண்டுதான் இருக்கிறது. செவ்வாய் மற்றும் வெள்ளியில் கோழிகளும், ஆடுகளும் பலி கொடுக்கப்படுகின்றன. வீட்டில் ஒரு நோய் வரும்போதோ, வேறு ஏதோ நேரங்களில் நேர்ந்துகொண்டு, பெண்கள் வெள்ளி அலகு கன்னத்தில் குத்தி, பெல்லாரி ஆண்கள்போல், வருகிறார்கள். பூவும், பழமும் படைத்து, விழுந்து வணங்கி, அலகை எடுத்து அம்மனுக்குக் காணிக்கை ஆக்குகிறார்கள்.

இந்தச் சன்னதிக்கு வெளியே பதினைந்து மீட்டர் தொலைவில், மைல் கல் போன்று ஒரு பெரிய கருங்கல் நிற்கிறது. இந்தக் கல்லில் ஒரு பெண் உருவம், கைகள் இல்லாமல், செதுக்கப்பட்டிருக்கிறது. இது மகேஸ்வரம்மாவின் தங்கையான தொத்தம்மா ஆகும். பூசாரி இந்தக் கல்லின் மேலிருக்கும் ஒரு குழியில் தயிரை ஊற்றி அபிஷேகம் செய்து, மஞ்சளும், குங்குமமும் பூசி, மாலை போட்டு, தேங்காய் உடைத்து வழிபடுகிறார். அம்மனின் தங்கையாக இருப்பதால், இங்கே வழிபாடு நடப்பதாக தெரிகிறது.

அறுவடை முடிந்த காலத்தில் இங்கே மூன்று நாட்கள் திருவிழா நடைபெறுகிறது. ஊர் குளத்தில் இருந்து எடுக்கப்பட்ட களிமண்ணில், தங்க ஆசாரி ஒரு சிற்பம் செய்கிறார். நான்கு ரோடுகள் சந்திக்கும் இடத்தில் ஒரு பந்தல் போடப்பட்டு, அது பூக்களால் அலங்கரிக்கப்படுகிறது. ஆசாரி தன் வீட்டில் இருந்து சிலையைக் கொண்டுபோய் பந்தலில் வைக்கிறார்.

முதல் நாள் மதியம் இரண்டு மணி அளவில் விழா ஆரம்பிக்கிறது. வண்ணார் ஒருவர் பூசாரியாக இருக்கிறார். அவருக்கு இரண்டு சேர்கள் அரிசி தரப்படுகிறது. அதைச் சமைத்து, அந்தச் சோற்றை அம்மன்

படம் 15 : பிளாக் அம்மன் கோயில், பெங்களூர்

படம் 16: படுவேட்டம்மா கோயில், கன்னட நாடு

படம் 17 : பிளாக் அம்மன் கோயில் சன்னதி, பெங்களூர்

முன், ஐந்து மணி அளவில் குவிக்கிறார். கண்ணேறு அகல, சிலையின் மேல் தயிர் ஊற்றி, மஞ்சள் பூசி, விழுந்து வணங்குகிறார். கிராமத்தினர் இப்போது அரிசி, பழங்கள், பூக்கள், தூபம் மற்றும் கற்பூரம் கொண்டுவந்து படைக்கிறார்கள். மேலும் அரிசி மாவினால் செய்த மாவிளக்குகளும் கொண்டு வருகிறார்கள். இது கன்னட நாட்டில் பொதுவான வழிபாட்டு முறையாக இருக்கிறது.

ஒரு விளக்கால் பந்தல் சிற்பத்தையும், இன்னொன்றால் மகேஸ்வரம்மா சன்னதியையும், இங்கிருந்து இரண்டு பர்லாங் தூரத்தில் உள்ள முனீஸ்வரனை இன்னொரு விளக்காலும், தங்கள் வீட்டில் உள்ள தெய்வத்தைக் கடைசி விளக்காலும் ஆரத்தி எடுத்து வணங்குகின்றனர். இப்பூஜை யின்போது மேளங்கள் அடிக்கப்பட்டு, இசை வாசிக்கப்படுகிறது. இதன் பின், நேர்ச்சை செய்து கொண்ட சூத்திரர்கள், கோழி மற்றும் ஆடுகளைத் தங்கள் வீட்டிலேயே பலி கொடுத்து விருந்து நடத்துகின்றனர். பெண்கள் தங்கள் கன்னங்களில் வெள்ளி அலகுகள் குத்தி மகேஸ்வரம்மாவை வழிபடச் செல்கின்றனர்.

ஊர் பொதுவில் வாங்கப்பட்டு, ஊர் 'தோட்டி' (கிராம காவலாளி) வளர்க்கும் 'தேவரே கோனா' (நேர்ந்துவிடப்பட்ட எருமை) என்னும் ஆண் எருமை, தீண்டத்தகாத இடக்கை சாதியான மடிகர் ஒருவரால், இரவு ஒன்பது மணிபோல் பலியிடப்படுகிறது. பலியன்று எருமை அம்மனின் முன் கொண்டு வரப்பட்டு, 'தோட்டி' (காவலாளி) யால் தலை வெட்டப்பட்டு பலி கொடுக்கப்படுகிறது. முன்னங்காலும் வெட்டப்பட்டு அதன் வாயின் குறுக்கே வைக்கப்படுகிறது. அதன் நெற்றியில் ஒரு விளக்கு ஏற்றப்படுகிறது. தரையில் சிந்திய ரத்தம் உடனடியாக அகற்றப்படுகிறது. திருவிழா முடியும்வரை அம்மனைப் பார்த்தவாறு இந்த எருமைத் தலை வைக்கப்படுகிறது. அந்த எருமையின் உடலை ஊரின் தங்கள் சேரிக்கு எடுத்துச் சென்று மடிகர்கள் விருந்து சமைக்கின்றனர்.

இரண்டாம் நாளில், பலிகள் எதுவும் கொடுக்கப்படுவதில்லை. ஒவ்வொரு வீட்டிலும் விருந்து சமைக்கப்பட்டு, எவ்வளவு பேருக்கு முடியுமோ அவ்வளவு பேருக்கு உணவு தருகின்றனர். மூன்றாம் நாள், மகேஸ்வரம்மா தன் மரக் குதிரையிலும், பக்கத்துக்குக் கோயிலில் இருந்து முனீஸ்வரனும், ஊர்வலம் வருகின்றனர். ஒவ்வொரு வீட்டிலும் நின்று, அங்குப் படைக்கப்படும் பூக்களையும், பழங்களையும் பெற்றுக் கொள்கின்றனர். மாலை ஐந்து மணிக்கு, வண்ணார் இந்தக் களிமண் சிற்பத்தை எடுத்துக்கொண்டு ஊர்வலமாகக் குளத்திற்குச் செல்கின்றார். மேளங்கள் முழங்க,

குளத்தில் இறங்கி, அம்மன் சிற்பத்தை முழங்கால் அளவு நீரில் விட்டுவிட்டு வந்து விடுகின்றனர்.

கெம்பபுர அக்ரஹாரம். இதுபோலவே பெங்களூரைச் சுற்றியுள்ள கிராமங்களில் கிராம தெய்வத் திருவிழாக்கள் நடக்கின்றன. சிறு சிறு வேறுபாடுகள் இருந்தாலும் பொதுவாக விழா இவ்வாறே நடைபெறுகிறது. ஒரு சிறு கிராமமான கெம்பபுர அக்ரஹாரத்தில் பூஜம்மா என்ற கிராம தேவதையின் திருவிழாவும் இவ்வாறே நடைபெறுகிறது. ஆனால், இங்கே எருமைப் பலியில் பூசாரி எந்தப் பங்கும் வகிப்பதில்லை. மடிகர்கள் மட்டுமே அதை நடத்துகிறார்கள். பலியின் ரத்தம் சோற்றில் கலக்கப்பட்டு, ஒரு பானையில் அதை 'தோட்டி' (காவலாளி) தரையில் தெளித்துக்கொண்டே போகிறார். அவருடன் மடிகர்கள் பந்தங்கள் எடுத்துக்கொண்டு, மேளங்களைத் தட்டிக்கொண்டு செல்கின்றனர். தீய ஆவிகளை விரட்டவே இது நடத்தப் பெறுகிறது.

எலஹங்கா. இங்கிருக்கும் மடிகர்கள் வணங்கும் கிராம தெய்வம் பூஜம்மா ஆகும். இந்த வழிபாட்டில் எருமைப்பலி ஒரு முக்கிய அம்சமாகும். பெங்களூரில் இருந்து பத்து மைல் தொலைவில் உள்ள எலஹங்கா அருகே உள்ள பத்துக் கிராமங்களில், பூஜம்மாவிற்கு எந்த உருவமும் இல்லை. எப்போதும் எரியும் ஒரு சிறு அகல்விளக்கே அம்மனைக் குறிக்கிறது.

பெங்களூர் அருகே ஒரு கோயில். ஏழு கிராம தேவதைகள் – அன்னம்மா, சண்டேச்வரம்மா, மாயேஸ்வரம்மா, மாரம்மா (காலரா தெய்வம்), உடலம்மா (வீங்கிய கழுத்துகளைச் சரி செய்பவள்), கொக்கலம்மா (கக்குவான் இருமலைச் சரி செய்யும் அம்மன்), சுகாஜம்மா (பெரியம்மை, மணல் வாரி அம்மையைச் சரி செய்பவள்) – அருள் பாலிக்கும், பெங்களூருக்கு வெளியே இருக்கும் ஒரு கோயிலில், தீ மிதிக்கும் திருவிழா பத்து நாட்கள் விமர்சையாகக் கொண்டாடப்படுகிறது. முப்பது அடி நீளமும், ஐந்து அடி அகலமும், ஒன்றரை அடி ஆழமும் கொண்ட ஒரு குழி, கோயிலுக்கு முன்னதாகத் தோண்டப் படுகிறது. முதலில் மாட்டுச்சாணத்தால் கழுவி விடப்பட்டு சுத்தம் செய்யப்படுகிறது. திருவிழாவின் ஐந்தாம் நாள் முப்பது சேர்கள் சோறு கொண்டுவரப்பட்டு, இந்தக் குழியில் வைத்து அம்மனுக்குப் படைக்கப்படுகிறது. இந்தச் சோற்றின் மேல் பத்து சேர்கள் அளவில் தயிர் ஊற்றப்பட்டு, மக்களுக்கு வழங்கப்படுகிறது. அவர்கள் கொஞ்சத்தை அங்கேயே சாப்பிட்டுவிட்டு, மற்றதை வீட்டிற்கு எடுத்துச் செல்கின்றனர்.

ஒரு வண்டி முழுவதும் விறகுகள் இந்தக் குழியில் போடப்பட்டு, மூன்று மணி நேரம் எரிய விடப்பட்டு, நன்கு கனன்று கங்குகளாக மாறுகின்றது. இப்போது இந்த வழிபாட்டை நடத்தும் பூசாரி, நன்கு குளித்து, மேளங்களும், வாத்தியங்களும் முழங்க, சுற்றி இருப்பவர்கள் கை தட்ட, மெதுவாக இந்த தீக்கங்கின் மேல் நடந்து கோயிலை நோக்கிச் செல்கிறார். அவர் குழியை முழுவதும் கடந்தவுடன், முப்பது அல்லது நாற்பது பெண்கள், தலையில் தீச்சட்டிகளைச் சுமந்து, இந்தத் தீக்கங்குகளின்மீது நடக்கிறார்கள். இந்த அம்மனின் சக்தியால் இதுவரை இங்கு யாருக்கும் தீக்காயம் பட்டதில்லை என்று இங்கிருக்கும் மக்கள் சொல்கின்றனர். இந்தக் கோயிலின் பூசாரி, இதில் நடக்கும் எவரும் பாதங்களில் எண்ணெய்யோ அல்லது வேறு எதுவுமே பூசுவதில்லை என்று திட்டவட்டமாகக் கூறுகிறார்.

மைசூர் நகரம்

மைசூர் நகரில், இதுபோன்ற தீ மிதிக்கும் திருவிழாவில் தீ மிதித்த மூன்று பேரிடம், அவர்களுக்கு ஏன் எந்தக் காயமும் நேரவில்லை என்று கேட்டேன். பாவங்கள் இல்லாத மக்களுக்கு எந்தத் தீங்கும் நேர்வதில்லை என்று அந்த மூவரும் கூறினர். ஆனால் இந்த மூவரைப் பொறுத்தவரை அவர்களின் முகங்களே அவர்கள் கூறுவதை மறுதலித்தன.

மறைந்த மைசூர் அரண்மனை அதிகாரியான திரு. ராமகிருஷ்ண ராவ், எனக்கு இந்த நகரில் உள்ள கிராம தேவதைகள் வழிபாடு பற்றிக் கொடுத்த குறிப்பு இது:

மைசூரில் உள்ள மாரி தெய்வங்கள் எழுவர் ஆகும்: 1. பிசல் மாரி (சூரியன்), 2. கூனல் மாரி, 3. கேள் மாரி (மண் பானை), 4. ஈரநகரே மாரி, 5. ஹிரிதேவதி (மூத்த சகோதரி), 6. சம்மாண்டம்மா, 7. உட்டானஹள்ளியம்மா.

இந்த எழுவரில், ஹிரிதேவதியே மூத்தவளாகும். ஒவ்வொரு பிப்ரவரி மாதத்திலும் 'மாரி ஜாத்ரா' (திருவிழா) நடைபெறுகிறது. நான்கு வாரங்கள் நடக்கும் இந்தத் திருவிழா, நான்கு பாகங்களாக, ஒவ்வொன்றும் ஒரு வாரம் கொண்டாடும்படி நடக்கிறது. இவை: 1. மாரி சாறு, 2. மாரி மாடே, 3. மாரி சிதி, 4. கேளம்மன ஹப்பா.

1. மாரி சாறு. *மாரி ஜாத்ராவின் முதல் ஞாயிற்றுக்கிழமை, மக்களும், 'தோரெயர்' என்று அழைக்கப்படும் பூசாரிகளும் கோட்டையின் ஒரு புனிதமான இடத்தில் கூடுகின்றனர். அரண்மனையின் தெற்கு*

வாசலுக்கு மேற்கில் இந்த இடம் இருக்கிறது. அங்கு அரிசி சமைத்து, அந்தச் சோற்றைப் பலி கொடுக்கப்படும் செம்மறி அல்லது ஆட்டின் ரத்தத்தால் நனைக்கின்றனர். அந்தச் சோற்றை முதலில் பிசல் மாரிக்குப் படைத்துவிட்டு, பின் அதை எடுத்துக்கொண்டு, கோட்டையின் தெற்கு வாசல் வழியே கிழக்காகச் சுற்றி வருகின்றனர். இவ்வாறு வரும்போது, பலி கொடுத்த ஆட்டின் உடலை இழுத்துக்கொண்டும், அந்தச் சோற்றைத் தெருக்களில் எறிந்துகொண்டும், மீண்டும் பலி கொடுத்த இடத்திற்கே வருகின்றனர். இதனால் உருவான பிரதேசத்தின் எல்லை வட்டத்துக்குள் உள்ள இடங்கள் சுத்தப்படுத்தப்படுவதாக நம்புகின்றனர். அங்கிருந்து, அந்த ஆட்டையும், மீதமிருக்கும் சோற்றையும் எடுத்துக்கொண்டு அவர்களின் வீடுகளின் அருகே உள்ள மாதேஸ்வர கோயிலுக்குச் செல்கின்றனர். அங்கே அந்த ஆட்டின் குடல்களை வறுத்து, சோற்றை மூன்று பங்குகளாகப் பிரித்து உருண்டைகளாக்கிக் கொள்கின்றனர். இந்தச் சோற்றைத் தெருக்களில் எறியும்போது மேளம் கொட்டிக்கொண்டு வந்த தீண்டத்தகாத சாதியினரான சக்ராக்களுக்கு இந்த உருண்டைகளைக் கொடுத்து விடுகின்றனர்.

2. மாரி மாடே. இரண்டாம் வாரத்தின், திங்கள் கிழமை அன்று தோரெயர்கள் தங்கள் வீட்டின் மண் பாண்டங்களை எல்லாம் தூக்கி எறிந்துவிட்டு, வீட்டிற்கு வெள்ளை அடிக்கின்றனர். இதன் பின், புது மண் பாண்டங்களில் கிச்சடி செய்து, அவற்றை மண் தட்டுகளால் மூடி, அதன் மீது விளக்குகளை வைக்கின்றனர். இந்த விளக்குகள் எல்லாம் பெண்களால் எடுத்துக்கொள்ளப்பட்டு, ஊரில் உள்ள கடிகே என்றழைக்கப்படும் திண்ணைக்கு எடுத்து வரப்படுகிறது. இங்கு ஒரு குன்னக் கண்ணாடியின் முன் இவற்றை வைக்கின்றனர். (குன்னக் கண்ணாடி என்பது மாரியைக் குறிக்கும் ஒரு கண்ணாடியாகும்). இங்கு இரண்டு செம்மறிகள் அல்லது ஆடுகள் பலி கொடுக்கப்பட்டு, அவற்றின் இறைச்சி அங்கிருக்கும் தோரெயர் குடும்பங்களால் பங்கிடப்பட்டுக் கொள்கிறது. இங்கிருந்து இந்தக் கிச்சடிப் பானைகள் பிசல் மாரி ஆலயத்திற்கு எடுத்துச் செல்லப்படுகிறது. இந்த வழி முழுவதும் நான்கு அடி அகலத்திற்குத் துணி விரிக்கப்பட்டு, இவர்களின் பாதங்கள் தரையில் படாமல் கோயிலுக்கு வருகிறார்கள். அங்கு பிசல் மாரிக்கு இந்தக் கிச்சடி படைக்கப்படுகிறது.

மாரியின் உருவத்தின் முன் ஒரு துணியில் இந்தக் கிச்சடிகள் முழுதும் குவிக்கப்படுகின்றன. இந்தக் குடும்பங்கள் வெற்றுப் பானைகளுடன் வீட்டிற்குத் திரும்புகிறார்கள். இந்தப் பானைகள் இனி இவர்கள்

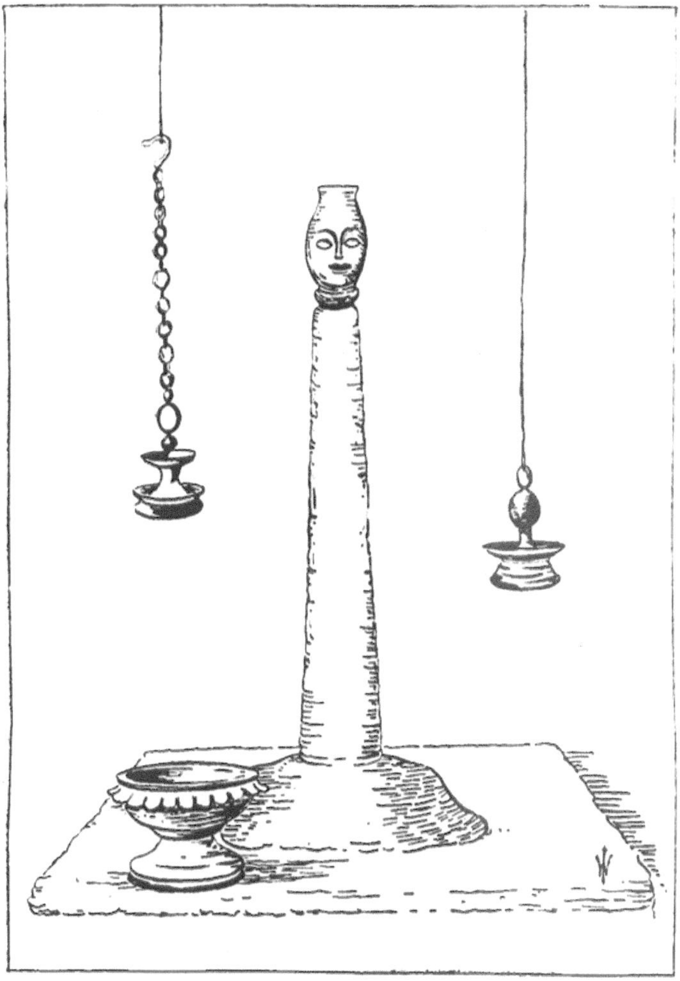

படம் 18 : மைசூர் நகர் அருகே உள்ள
ஹூலியம்மா கோயில் அம்மன்

படம் 19 : மைசூர் நகரின் தங்க ஆசாரிகளால் வழிபடப்படும் அம்மன்

படம் 20 : பிசல் மாரி சன்னதி

குடும்பத்தில் சமையல் செய்யப் பயன்படுத்தப்படும். இந்தப் படைக்கப்பட்ட கிச்சடி, கோயிலின் வண்ணார் பூசாரிக்குக் கொடுக்கப்பட்டு, அவர் அவரது நண்பர்கள் மற்றும் உறவினர்களுக்குப் பகிர்ந்து கொடுத்து உண்ணுகிறார். இந்த வாரத்தின் இறுதியில் வருடம் முழுவதும் பூட்டி இருக்கும் 'மனே மஞ்சி' கோயில் திறக்கப்படுகிறது. இந்தக் கோயிலில் ஓர் எறும்புப் புற்றும், அந்தப் புற்றில் 'மனே மஞ்சம்மா' என்றழைக்கப்படும் ஒரு பாம்பும் இருப்பதாகச் சொல்கிறார்கள். இங்கு, சிதியில் தொங்கப் போகும் ஆண்கள் மற்றும் 'மனிதப் பலி' ஆகப் போகும் ஆணாலும் வழிபாடுகள் நடத்தப் படுகின்றன. இந்த மனிதப் பலி வெறும் வெளித்தோற்றமே, உண்மையில் நடப்பது அல்ல. தோரெயர் சாதி மக்கள் அவர்கள் வீடுகளில் இருந்து வாழைக்காய்களைக் கொண்டுவந்து இந்தக் கோயிலில் வைக்கின்றனர். சிதி விழா முடியும்வரை இங்கு இருந்துவிட்டு, பின் அவற்றைத் தங்கள் வீட்டிற்கே எடுத்துச் சென்றுவிடுகின்றனர்.

3. மாரி சிதி. இது ஜாத்ராவின் மூன்றாவது வார நிகழ்வாகும். இந்த ஞாயிற்றுக்கிழமை, 'பலி' என்றழைக்கப்படும் மனிதப் பலி நிகழ்வோடு இது ஆரம்பிக்கிறது. நடு இரவில் ஆரம்பித்து விடியற்காலை வரை நடைபெறும். இதில், பலிக்கான மனிதன் நடுவில் படுக்கப்பட வைத்து ஒரு துணியால் முழுவதுமாக மூடப்படுகிறான். இது மாரி சாறு நிகழ்வின்போது சோறு எங்கு தயாரிக்கப்பட்டதோ அதே இடத்தில் நடைபெறுகிறது. ஒரு தச்சர், தென்னம்பூவினால் படுத்துக் கிடக்கும் மனிதனைத் தொட்டு இதை ஆரம்பித்து வைக்கிறார். சக்ராக்கள் (தீண்டத்தகாதவர்கள்) மேளம் அடிக்க, தச்சர் படுத்துக் கிடக்கும் மனிதனைச் சுற்றிப் பாட்டுப்பாடிக் கொண்டே நடனமாடுகிறார். எல்லாப் பக்கமும் தீப் பற்ற வைக்கப் படுகிறது. விடியும் பொழுதில் அவனைத் திரும்பவும் தென்னம்பூவினால் தொட்டு இந்த நிகழ்வை முடித்து வைக்கிறார். அவன் மக்களால் மனே மஞ்சி ஆலயத்திற்குச் சுமந்து செல்லப்பட்டு, அங்கே ஓய்வெடுக்க வைக்கப்பட்டு, தன் வீட்டிற்குத் திரும்பி விடுகிறான்.

திங்கள் கிழமை, பலி சடங்கை நடத்திய தச்சர், சிதிக்காக ஒரு தேரைச் செய்கிறார். மாலை ஐந்து மணிக்கு இது தயாராகிவிடுகிறது. இந்தச் சிதியில் தொங்கப் போகும் ஆண்கள், உணவு எதுவும் சாப்பிடாமல் இருக்கிறார்கள். குளிர்ந்த நீரில் குளித்துவிட்டு, மாடே சடங்கு நடந்த கடிகே திண்ணையில் ஆடைகளை அணிந்து அரண்மனைக்கு வருகின்றனர். அங்கே அவர்களுக்கு வெற்றிலையும், பருப்புகளும் கொடுக்கப்படுகிறது. அங்கிருந்து மனே மஞ்சி ஆலயத்திற்குச்

சென்று வணங்குகின்றனர். அங்கிருந்து ‘பிசல் மாரியம்மா நகுடி’ (பிசல் மாரியம்மா ஆலயம்) வருகின்றனர். அங்குச் சிதியுடன், பலிகளான இரண்டு எருமைகள் (சிதியில் தொங்கப் போகும் ஒவ்வொருவருக்கும் ஒன்று) மற்றும் ஆடுகள் தயாராக இருக்கின்றன. எருமைகள் இப்போது மஞ்சளும், குங்குமமும் பூசப்பட்டு, வேப்பிலையும், பூக்களும் மாலையாகப் போடப்படுகிறது. சிதியுடன் இந்த எருமைகள் இருக்க, தச்சர் தேரின் எல்லா பாகங்களையும் சோதனை செய்து, ஓர் ஆட்டைப் பலி கொடுக்கிறார். அந்த ஆட்டின் ரத்தத்தைத் தேரின் எல்லா பாகங்களிலும், அதன் சக்கரத்திலும் தெளித்துவிட்டு, அந்த ஆட்டை தேரைச் செய்வதற்கு உதவிய கூலிகளுக்குக் கொடுத்துவிடுகிறார்.

இப்போது சிதி ஊர்வலம், சிதியில் தொங்கப் போகும் இருவருடன் ஹிரிதேவதி கோயிலுக்கு ஊர்வலமாக வருகிறது. அங்கு நகரின் வடக்குப் பகுதியான ஈரங்கரேயில் இருந்து இன்னொரு சிதி ஊர்வலம் ஒருவருடன் வருகிறது. இப்போது ஒவ்வொருவராக சிதியில் ஏறுகின்றனர். ஒவ்வொருவரும் தங்களின் இடுப்பில் கட்டப்பட்ட கட்டுகளோடு சிதியில் தொங்க ஆரம்பிக்கின்றனர். அப்படியே அருகில் தொங்குபவரை லேசாக ஆட்டி விடுகின்றனர். இப்போது எருமைகள் எல்லாம் ஒவ்வொன்றாகக் கொல்லப் படுகின்றன. ஒரே வெட்டில் அவற்றின் தலையைத் துண்டிக்க எண்ணினாலும், ஒவ்வொரு எருமையின் தலையையும் துண்டிக்கப் பலமுறை வெட்டவேண்டி உள்ளது. இது முடியும்போது, சிதியில் தொங்குபவர்கள் ஒவ்வொருவராக இறங்கி, திரும்பவும் ஹிரிதேவதி கோயிலுக்குச் செல்கின்றனர். அங்குப் பூஜை செய்துவிட்டு வீட்டிற்குத் திரும்புகின்றனர். பிசல் மாரி கோயிலில் இருந்து வந்தவர்கள், திரும்பவும் மனே மஞ்சி கோயிலுக்குச் சென்று ஓய்வெடுத்துவிட்டு, அங்கேயே சாப்பிட்டு, இரவில் வழிபட்டு விட்டுத் தங்கிவிடுகின்றனர். மறுநாள் காலை அவரவர் வீட்டிற்குச் சென்றுவிடுகின்றனர்.

4. கேளம்மன ஹப்பா. அன்றிரவே சக்ராக்கள் இந்த எருமைகளின் உடலைக் கோட்டைக்கு வெளியே, தெற்கு வாசலுக்கு அருகே உள்ள பார் (Barr) அணிவகுப்பு மைதானத்திற்கு எடுத்துச் செல்கின்றனர். இது கேள் மாரியின் இடமாக அறியப்படுகிறது. இங்கு ஒரு பச்சைப் பந்தல் போடப்பட்டு, அங்கே இந்த இரண்டு எருமைகளின் தலைகளும் வைக்கப்படுகிறது. இவற்றின் மேல் விளக்கேற்றப் பட்டு, அவற்றின் முன்னங்கால்கள் வாயில் குறுக்காக வைக்கப்பட்டு, கொழுப்பால் அவற்றின் கண்ணும் மூக்கும் அடைக்கப்படுகிறது. இந்த எருமையின் உடல் சக்ராக்களால் அவர்களின் உறவினர்,

நண்பர்களுடன் சமைத்துச் சாப்பிடப்படுகிறது. இந்த வாரம் முழுவதும் இந்தத் தலைகள் இங்கு வணங்கப்படுகின்றன. அடுத்த திங்கள்கிழமை, சக்ராக்களும், ஹொளெயர் என்றழைக்கப்படும் பலகை சாதியினரும், இந்தத் தலைகளை ஊர்வலமாக எடுத்துச் சென்று, அவை கெட்டு விடாமல் இருந்தால், சமைத்து உண்கின்றனர்.

•

இங்கு, கேள் மாரியைப்பற்றி ஒரு கதை சொல்லப்படுகிறது. மூத்த சகோதரியான ஹிரிதேவதி ஒருமுறை கேள் மாரியை எங்கேனும் சென்று கொஞ்சம் தீக்கங்குகளைக் கொண்டு வரச் சொன்னார். அவ்வாறு போகும்போது, கேள் மாரி கீழ் சாதியினர், எருமைகளைச் சமைத்து உண்பதைப் பார்த்தார். அது வித்தியாசமான ஒன்றாக இருக்கவே, அங்கேயே வேடிக்கைப் பார்த்துக் கொண்டிருந்து விட்டார். எனவே கோபமடைந்த ஹிரிதேவதி, கேள் மாரி, கீழ் சாதி மக்களால் மட்டுமே வழிபடப்படுவாள் என்று சாபம் கொடுத்து விட்டார். இதனாலேயே எருமைத் தலைகள், கேள் மாரியின் பெயரால் வணங்கப்படுகின்றன.

இங்கு இன்னொரு கதையும் கூறப்படுகிறது. ஒரு காலத்தில் ஒரு ரிஷி தனது அழகிய மகளுடன் வாழ்ந்து வந்தார். ஒரு தீண்டத்தகாதவர் – சண்டாளர் – இந்தப் பெண்ணின் மீது ஆசைப்பட்டு, காசிக்குச் சென்றார். அங்கு ஒரு பிராமணர்போல் வேடம் கொண்டு, சாஸ்திரங்களைக் கற்றுக்கொண்டு, பிராமணர்களைப் போல் வாழக் கற்றுக்கொண்டார். அங்கிருந்து திரும்பியவுடன், அந்த ரிஷியிடமும், அவரின் பெண்ணிடமும் பேசி, அவளையே திருமணம் செய்துகொண்டார். அவர்கள் திருமண வாழ்வில் குழந்தைகளுடன் வாழ்ந்து வந்தனர். அப்போது ஒரு நாள் காலை, அவர் குளிக்கச் செல்லும்போது அவரது செருப்பை அவரே தைத்துக்கொண்டார். அதைக் கண்ட அவரது குழந்தைகள், அவர்களின் அன்னையிடம் இதுபற்றிக் கூற, அவர் தனது தவ சக்தியால் அவரின் கணவரின் ஏமாற்று வேஷத்தைக் கண்டு பிடித்தார். எனவே அவரின் கணவருக்கும், தனக்கும் சாபம் கொடுத்தார். தான் கீழ் சாதி மக்களால் மட்டும் வணங்கப்படும் மாரியாகப் பிறக்கவேண்டும் என்றும், தன் கணவர் தனக்குப் பலியிடப்படும் எருமையாகவும், தன் குழந்தைகள் ஆடு, கோழிகளாகவும் பிறக்கவேண்டும் என்றும் வேண்டிக் கொண்டார். அதனாலேயே மாரி திருவிழாக்களில் எருமைகள், ஆடுகள், கோழிகள் பலியிடப்படுகின்றன. அவர் பிராமணர் வேடமிட்டுச் செருப்பு தைத்ததால், எருமையின் கால் அதன் வாயில் வைக்கப்படுகிறது.

மிருக பலிகள் வைசியர்களாலும், சூத்திரர்களாலும் கொடுக்கப் படுகின்றன. எருமைகள், ஆடுகள் மற்றும் கோழிகள் அம்மனைச் சாந்தப்படுத்துவதற்காகப் பலி கொடுக்கப்படுகின்றன. சில சமயங்களில், உடல் நலமில்லாமல் இருக்கும்போது நேர்ந்து கொள்ளப்பட்டு, உடல் நிலை சரியானவுடன், பலி கொடுக்கப் படுகிறது. அம்மனுக்கு நன்றி சொல்லும் விதமாகவே பலிகள் கொடுக்கப்படுகின்றன. சில சமயம் தன் எதிரிக்கு ஏதேனும் கெட்டது நிகழ்ந்தால், அதற்கு நன்றி சொல்லியும் பலி கொடுக்கப்படுகிறது.

இதுபோன்ற எல்லா விஷயங்களிலும், பலி மிருகம் பீடத்திற்குக் கொண்டு செல்லப்பட்டு, அரிவாளால் தலை வெட்டப்பட்டுக் கொல்லப்படுகிறது. அந்த ரத்தம் தரையிலும், பிற இடங்களிலும் தெளிக்கப்படுகிறது. பலி கொடுப்பவர்கள்மீது ரத்தம் தெளிக்கப் படுவதில்லை. ஒரு கட்டடம் கட்டி முடிந்தவுடன், இதுபோன்றே பலி கொடுக்கப்பட்டு, ரத்தம் அந்தக் கட்டடத்தில் நுழைந்த தீய ஆவிகளைத் துரத்தத் தெளிக்கப்படுகிறது.

இதுபோலவே, கிணறு வெட்டினாலோ, குளத்தை வெட்டினாலோ, ஒரு புது வேளாண் பொருள்களை வாங்கினாலோ பலி கொடுக்கப்படுகிறது. எந்த நிகழ்வுகளில் எல்லாம் ஒருவருக்கு ஆபத்து வருமோ, அந்த நிகழ்வுகளுக்கு எல்லாம் பலி கொடுக்கப் படுகிறது. ஆபத்து அதிகம் இல்லாத நிகழ்வுகளில் இந்த மிருகங்களின் காதோ அல்லது மூக்கோ சிறிதாக வெட்டப்பட்டு அந்த ரத்தம் தடவப்படுகிறது. கொள்ளை நோய்க் காலங்களில் அம்மனின் உருவத்தை ரத்தத்தால் அபிஷேகம் செய்கின்றனர்.

கூர்க்

திரு. ராமகிருஷ்ண ராவின் குறிப்பில் சொல்லப்படும் 'மனிதப் பலி', மைசூர் மாவட்டத்தில் அது போன்ற பலிகள், கிராம தேவதை வழிபாட்டில் ஒரு பாகமாக இருந்திருக்கவேண்டும். மைசூர் மாநிலத்தில், கிழக்கே உள்ள மலை நாடான கூர்க்கில் ஆதிவாசிகள், அடிமைகளாக இருந்து இப்போது சுதந்திர மனிதர்களாக இருக்கும் இருபதாயிரம் விவசாயிகள் மற்றும் கலைஞர்கள், இவர்களை ஆண்டு கொண்டிருந்த, மூன்றாம் நூற்றாண்டில் இங்கே வந்த குடகர்கள் ஆகியோர் இருக்கின்றனர். திரு, லெவிஸ் ரைஸ் தனது புத்தகமான 'மைசூர் மற்றும் கூர்க் மனுவல்' என்ற புத்தகத்தில் இதுபற்றி அவர் கூறுகிறார்: 'கூர்க்கில் உள்ள மத வழிபாடுகள் பிராமண மதத்திற்கு எதிரானதாகவும், தேவதை வழிபாடுகளுடனும் இருக்கின்றது. திராவிட மலைமக்களைப் போலவே, கூர்க்கிலும் கிராம தேவதைகளான மாரியம்மா, துர்கா, பத்திரகாளி போன்ற

கடவுள்களுக்கு, தங்களது கிராமத்தையும், நாட்டையும் காக்க மனிதப் பலி கொடுக்கும் பழக்கம் இருந்திருக்கிறது.

'கட்டியெட் நாட்டில் உள்ள கிரின்டாடு மற்றும் கோணிச்சேரிக் கிராமங்களில் மூன்று வருடங்களுக்கு ஒருமுறை டிசம்பர் மற்றும் ஜூன் மாதங்களில், பலி கொடுக்கப்படும் மனிதன், பத்ரகாளியின் முன் பணிகர்கள் என்னும் பூசாரிகளால் கொண்டு வரப்படுகிறான். அங்கிருக்கும் மக்கள் எல்லாம் 'ஆள் அம்மா!' என்று கத்துகிறார்கள். இதனிடையே ஒரு பக்தர் 'ஆள் அல்ல அம்மா, ஆடு' என்று கத்துகிறார். உடனே ஓர் ஆண் ஆடு பலி கொடுக்கப்படுகிறது.

'கிக்காட்னாடு தாலுக்காவில் உள்ள தவலிகெரி முரணாடில் உள்ள பெல்லூரில், ஒவ்வொரு ஆண்டும், ஒவ்வொரு வீட்டில் இருந்து ஓர் ஆண் தலையை வெட்டிப் பலி கொடுக்கப்பட்டு வந்தது. ஒருமுறை, இந்தப் பலி கொடுக்கப்பட வேண்டிய ஆண் அருகிலிருந்த காட்டிற்குத் தப்பித்து ஓடி விட்டான். தேடி முடித்தபிறகு, கோயிலுக்கு வந்த மக்கள் பூசாரியிடம் 'கலக் ஆடு' என்றனர். இதற்கு இரண்டு அர்த்தங்கள். ஒன்று, அடுத்த வருடம் தருகிறோம். இரண்டு, ஆடு தருகிறோம் என்பது. எனவே அப்போதிலிருந்து ஆடுகள் மட்டுமே பலி கொடுக்கப்படுகின்றன. ஒரு நாள் முழுவதும் விரதம் இருந்து, மாலை நேரம் ஆடு பலி கொடுக்கப்படுகிறது. ஒரு கல்லில் அதன் ரத்தம் தெளிக்கப்பட்டு, ஆட்டின் இறைச்சி சாப்பிடப் படுகிறது. இரவில், சிகப்பு, வெள்ளை ஆடை அணிந்து, ஒரு மர அல்லது உலோக முகமூடி அணிந்து, பணிகர்கள் ஆடுகின்றனர்.

'மெர்க்காரா தாலுக்காவில் உள்ள இப்பணிவோல்வடவிலும், ஹலேறினாட்டில் உள்ள கடிகேரியிலும், மனிதனுக்குப் பதிலாக ஒரு கோண அல்லது ஆண் எருமை பலியிடப்படுகிறது. கோயில் அருகே உள்ள ஒரு மரத்தில் கட்டப்பட்டு, இந்த எருமை, மேடர்கள் என்னும் நாடோடி மக்களால் ஒரு பெரிய கத்தியால் தலை வெட்டப்படுகிறது. இங்கு எந்த கூர்க் மக்களும் வருவதில்லை. அதன் ரத்தம் ஒரு கல்லில் தெளிக்கப்பட்டு, அந்த எருமை மேடர்களால் உண்ணப்படுகிறது. இந்தப் பலியை ஒட்டி கூர்க் மக்கள் ஒரு வினோதமான நடனத்தையும் செய்கின்றனர்.

'கொம்பட்ட' அல்லது 'கொம்பு நடனம்' என்பது எல்லா ஆண்களும் புள்ளி மான் அல்லது கலை மான் கொம்புகளைத் தங்கள் தலைகளில் மாட்டிக்கொண்டு ஆடுவதாகும். பிலி ஆட்டம் என்பது மயில் தோகைகளுடனும், சவுரி ஆட்டம் என்பது கவரிமானின் வால் மயிர்கள் கொண்டும் அலங்கரித்து ஆடுவதாகும். இந்த ஆபரண அலங்காரங்கள் கோயிலுக்குச் சொந்தமானவையாகும்.

'கனியாக்களால் (மலையாளப் பிராமணருக்கும், கீழ்சாதிப் பெண்ணிற்கும் பிறந்தவர். மாந்த்ரீகம் செய்பவர்) வீடு, பட்டிகள் அல்லது நிலத்தின்மீது ஒரு பெரிய சாபம் இருப்பதாகச் சொல்லப்பட்டு, அதற்காகச் செய்யப்படும் நிவர்த்தியும் மனிதப் பலியை ஒத்து இருக்கிறது. இந்தக் கனியா நிவர்த்திக்குத் தனக்குத் துணையாக பணிகர்களையோ, பண்ணுங்களையோ அவர் அழைத்துக்கொள்கிறார். வீட்டினுள் ஒரு குழி வெட்டப்பட்டு மந்திரம் செய்பவர் இறங்கி அமர்ந்துகொண்டு மந்திரங்கள் சொல்கிறார். குழியின் மேல் விறகுகள் அடுக்கப்பட்டு மண் போட்டு மூடப்படுகிறது. பலா மர விறகுகளால் நெருப்பு வைக்கப்பட்டு வெண்ணெய், தானியம், சர்க்கரை எனப் பலவும் ஆகுதி செய்யப்படுகிறது. இரவு முழுதும் நடக்கும் இந்தச் சடங்கில், மேலே பணிகரும், குழியின் உள்ளே இருப்பவரும் மந்திரங்கள் சொல்லிக்கொண்டே இருக்கின்றனர். காலையில் இந்தக் குழி திறக்கப்பட்டு அவர் வெளியே வருகிறார். இந்தப் பலி 'மரநாட பலி' அல்லது மரணச் சடங்கு என்று சொல்லப்படுகிறது. இந்த மரணச் சடங்கு நடத்த பத்தில் இருந்து பதினைந்து ரூபாய்கள் செலவாகின்றன. சில சமயம், மனிதருக்குப் பதில் ஒரு கோழி, குழியில் இறக்கப்பட்டு, காலையில் பலி கொடுக்கப்படுகிறது.

'முழு ஊரையோ அல்லது கிராமத்தையோ ஒரு கொள்ளை நோய் தாக்கும்போது, விவசாயிகள் அனைவரும் ஒன்றிணைந்து மாரியம்மாவைச் சாந்தப்படுத்தக் கோழி, பன்றி, அரிசி, தேங்காய், ரொட்டி, வாழை போன்றவற்றை எல்லோரிடமும் இருந்து சேர்த்து மாண்டுவில் வைக்கின்றனர். இவை அனைத்தும் பின்னர் மேளங்களுடன் எடுத்துச் செல்லப்படுகின்றன. ஒரு கூடையில் அரிசி கொண்டு வரப்படுகிறது. ஒவ்வொரு வீட்டிலும் சிறிது அரிசி கொண்டு வந்து, தலையைச் சுற்றி இந்தக் கூடையில் போடுகின்றனர். இதனால் தங்கள் வீட்டில் உள்ள தீயவை வெளியேறிவிடும் என்று நம்புகின்றனர். ஊரின் எல்லையில் இவை அனைத்தும் வைக்கப்பட்டு, மிருகங்கள் எல்லாம் பலி கொடுக்கப்படுகின்றன. அவற்றின் ரத்தம் ஒரு கல்லில் தெளிக்கப்படுகிறது. அரிசிக் கூடை அங்கேயே வைக்கப்பட்டு, ஏனையப் பொருள்கள் எல்லாம் ஊர்வலம் வந்தவர்களால் உண்ணப்படுகிறது. பக்கத்துக் கிராம மற்றும் ஊர் மக்களும் இதே சடங்கைச் செய்து நாட்டை விட்டு அந்தக் கொள்ளை நோயை விரட்டுகின்றனர். இன்னமும் பேரழிவுக் காலங்களில், ஓர் ஆட்டுக்கூட்டம் ஊர் ஊராக விரட்டப்பட்டு, நாட்டை விட்டே வெளியேற்றப்படுகிறது.'

அத்தியாயம் – 6

தமிழ் நாட்டில் வழிபாட்டு முறைகள்

தமிழ் மாவட்டங்களான தஞ்சாவூர், திருச்சி, கடலூர் முதலியவற்றில் கடைப்பிடிக்கப்படும் கிராம தேவதை வழிபாட்டு முறைகள், தெலுங்கு மற்றும் கன்னட நாடுகளில் இருக்கும் முறைகளை ஒத்து இருக்கிறது. ஆனால் பிராமணியத் தாக்கத்தால் இந்த முறைகளில் பெரும் வேறுபாடுகளும் உள்ளன. முதலாவதாக, இந்தச் சிலைகளைக் கழுவுவதும், பின்னர் விழாக்களில் ஊர்வலமாக எடுத்துச்செல்வதும் இங்கு மிக விரிவாக இருக்கிறது. அடுத்து, இங்கு உள்ள ஆண் தெய்வங்களுக்கு முக்கியத்துவம் அதிகம் கொடுக்கப்பட்டு, அய்யனார் போன்ற தெய்வங்களுக்குத் தனிக் கோயில்களும், திருவிழாக்களும் உள்ளன. பெண் தெய்வக் கோயில்களில் இருக்கும் மதுரை வீரன், முன்னடியான் சாமி போன்ற துணை தெய்வங்களுக்கும் தனியாகப் பலிகள் கொடுக்கப் படுகின்றன. மூன்றாவதாக, இப்பகுதிகளில் மிருக பலிகள், இந்தக் கடவுள்களுக்கு ஒவ்வாதவை என்றும் அன்புடைய தெய்வங்களுக்கு மிருக பலிகள் கொடுக்கப்படமாட்டாது என்றும் ஒரு நம்பிக்கை உள்ளது. முன்னடியான், மதுரை வீரன் போன்ற தெய்வங்களுக்கு இன்றும் ஆடு, கோழி, எருமை போன்றவை பலி கொடுக்கப் பட்டாலும், அவை பெண் தெய்வத்தின் முன் ஒரு துணி தொங்கவிடப்பட்ட பிறகோ, அல்லது அந்தச் சன்னதியைப் பூட்டிய பிறகோதான் நடைபெறுகிறது.

இந்தக் கிராமங்களில் நடத்தப்படும் விழாக்களைப்பற்றியும், வழிபாட்டுமுறைகளைப்பற்றியும் பார்த்தால், தெலுங்கு, கன்னடப் பழக்கங்களுக்கும் இங்கிருக்கும் பழக்கங்களுக்கும் உள்ள வித்தியாசங்களைத் தெரிந்து கொள்ளலாம்.

வண்டிப்பாளையம், கடலூர் மாவட்டம்

கடலூர் மாவட்டத்தில் இருக்கும் வண்டிப்பாளையம் கிராமத்தில், மூன்று தெய்வங்கள் – மாரியம்மன், திரௌபதி, அய்யனார் – தனிக் கோயில்களில் வழிபடப் படுகின்றன. இவற்றில் மாரியம்மன் கோயில் பெரியதாக பன்னிரண்டு அடி உயரமும், இருபத்தி ஐந்து அடி நீளமும், பன்னிரண்டு, பதினைந்து அடி அகலமுமாக இருக்கிறது. திரௌபதியின் கோயில் ஆறு அடி உயரமும், பத்தடி நீளமும், எட்டு அடி அகலமும் உடையதாக இருக்கிறது.

அய்யனார் ஒரு மரத்தின் கீழ், வெட்ட வெளியில் நிற்கிறார். அவரைச் சுற்றி குதிரைகள், யானைகள், நாய்கள் முதலிய களிமண் சிற்பங்கள் இருக்கின்றன. இதனுடன் 'வீரன்' எனப்படும் அய்யனாரின் வீரர்களின் சிலையும் இருபுறமும் இருக்கின்றன. இரவில் ஊரின் தீய ஆவிகளை விரட்ட அய்யனார் செல்வதற்கு வாகனங்களாக இந்த மிருகங்களும், அவரின் பாதுகாவலர்களாக இந்த வீரர்களும் இருக்கின்றனர். ஆண்களும் பெண்களுமான கிராமத்தினர், இந்தக் கோயிலுக்கு வந்து சோறு, பழங்கள், சர்க்கரை, தூபம் மற்றும் கற்பூரமும் படைக்கின்றனர். ஆடுகளும், கோழிகளும் அய்யனாரிடம் காட்டிவிட்டு, வீரனின் முன் கொண்டுவருகின்றனர். அதன் மீது நீர் தெளிக்கப்பட்டு, ஒரு மாலை போடப்பட்டு, பூசாரியால் மஞ்சளும், குங்குமமும் அதன் நெற்றியில் பூசப்படுகிறது. ஒரு பாட்டில் சாராயம், ஒரு பானை கள், இரண்டு, மூன்று சுருட்டுகள், கஞ்சா, அபின் மற்றும் கருவாடு முதலியன வீரனுக்குப் படைக்கப்படுகிறது. இவை பின்னர் பூசாரியால் எடுத்துக் கொள்ளப்படுகிறது. ஆட்டிற்கும் வீரனுக்கும் நடுவே கற்பூரம் ஏற்றப்பட்டு, பூசாரியால் அதன் தலை வெட்டப்படுகிறது. அதன் உடல், பலி கொடுத்தவராலும், ஆட்டுத் தலை பூசாரியாலும் எடுத்துச் செல்லப்படுகிறது.

வருடத்திற்கு ஒரு முறை, ஏப்ரல், மே மாதங்களில் அய்யனாருக்கு ஒரு பொது பலி கொடுக்கும் விழா கிராம மக்களால் எடுக்கப்படுகிறது. ஒன்றரை அடி உயரத்தில் கருங்கல்லால் செய்யப்பட்ட அய்யனார் சிலை, நல்லெண்ணெய், எலுமிச்சைச் சாறு, பால் மற்றும் தயிரால் குளிப்பாட்டப்படுகிறது. இதனுடன் தேங்காய், வாழைக்காய், சர்க்கரை மற்றும் வாசனைத் திரவியங்களும் சேர்த்து இது நடக்கிறது. தேங்காய்ப் பாலும் சந்தனமும் கலந்து அய்யனாரின் நெற்றியில் பூசப்பட்டு, இடுப்பில் ஒரு துணி கட்டப்படுகிறது. கிராமத்தினர் சோறு, தேங்காய், வாழைக்குலைகள், வெற்றிலை, பாக்கு, இனிப்பு, மாவு, சர்க்கரை போன்றவற்றை அதிக அளவில் கொண்டு வந்து, அய்யனாரின் முன் ஓர் இலை விரிக்கப்பட்டு அதில் பரப்பிப்

படைக்கின்றனர். பூசாரி தூபமும், கற்பூரமும் காட்டிமுடித்ததும், படைக்கப்பட்ட எல்லாமும் பிரசாதமாக மக்களுக்குத் தரப்படுகிறது. இது முடிந்தவுடன், அய்யனாரின் முன் ஒரு திரை போடப்பட்டு, வீரனுக்கு ஆடுகளும், கோழிகளும், முன்னர் கூறிய வகையில், பலி கொடுக்கப்படுகிறது.

மாரியம்மன் மற்றும் திரௌபதி கோயில்களில் வருடத்திற்கு ஒருமுறை, பத்து நாட்கள் திருவிழா எடுக்கப்படுகிறது. இந்தக் கோயில்களில் திருவிழாவின்போதோ, வேறு நாட்களிலோ, எந்தப் பலியும் கொடுக்கப்படுவதில்லை. கொடி ஏற்றத்துடன் துவங்கும் இந்தத் திருவிழாவில் எட்டு நாட்களுக்கு, அம்மன் காலையும், மாலையும், ஒரு பல்லக்கில் ஊரின் எல்லாத் தெருக்களின் வழியாகவும் ஊர்வலம் வருகிறார். ஒன்பதாம் நாள், இருபது அடி உயரமுள்ள ஒரு தேரில் அம்மனை வைத்து இழுக்கின்றனர். அன்று மிகப் பெருமளவில் மக்கள் கூடுகின்றனர். பத்தாம் நாள், ஊர் குளத்தில், ஒரு தெப்பத்தில், பந்தங்கள் எரிய, மேளங்கள் முழங்கச் சுற்றி வருகிறார். சோறு, பழங்கள், பூக்கள், தூபம், கற்பூரம் முதலியவை அம்மனுக்குத் தினமும் படைக்கப்படுகிறது.

சீர்காழி, தஞ்சாவூர் மாவட்டம்

பிராமணத் தாக்கம் அதிகமாக இருக்கும் தஞ்சாவூர் மாவட்டத்தின் சீர்காழி என்ற கிராமத்தில் அய்யனார், பிடாரி, மாரியம்மன், அங்காளம்மன் மற்றும் காளியம்மன் முதலியோர் வழிபடப் படுகின்றனர். இங்கு மிருக பலி கொடுக்கப்படுவதில்லை. ஆனால் துணை நிற்கும் மதுரை வீரனுக்கும், முன்னடியான் முதலியோருக்கும் பலி கொடுக்கப்படுகிறது. பிடாரி தவிர ஏனையத் தெய்வங்களுக்கு முன், மிருக பலிகளின்போது, திரை போடப் படுகிறது. காளியம்மன் இங்கு எந்தச் செயலுமற்றத் தெய்வமாக இருக்கிறாள். எந்த விழாவும் அவளுக்கு எடுக்கப்படுவதில்லை.

மாரியம்மன், பிடாரி மற்றும் அங்காளம்மன் கோயில்களில் சடங்கோடு கூடிய சுத்தம் செய்தல் இருக்கிறது. அம்மன் சிலைகள் தினமும் இருமுறை, நீர், எண்ணெய், பால், தேங்காய்ப் பால் முதலியவற்றாலும் மஞ்சள், பன்னீர், சந்தனம், தேன், சர்க்கரை, எலுமிச்சை மற்றும் சில மரங்களின் பட்டைகள் கலந்த ஒரு கலவையாலும், காலையும், மாலையும் நீராட்டப்படுகிறது. இதற்குத் தமிழ் நாட்டில் 'அபிஷேகம்' என்று பெயர் சொல்லப்படுகிறது. இந்த அபிஷேகத்தின்போது பூசாரி அருகில் நின்று, பிராமணர்கள் போன்று, மந்திரங்கள் சொல்கிறார். அம்மனின் முன் விழுந்து

வணங்கி, சோறு, பூக்கள், பழங்கள், இனிப்புகள், சர்க்கரை போன்றவை படைக்கப்பட்டு, தூபமும், கற்பூரமும் காட்டப் படுகிறது. ஒவ்வொரு நாள் மாலையும், சூரியன் மறைந்த பிறகு ஒரு மரப்பல்லக்கில், பூக்கள் மற்றும் அலங்காரங்கள் செய்விக்கப்பட்டு உற்சவ அம்மன், மக்கள் தோள்களில் தூக்கிக் கொள்ள ஊரை வலம் வருகிறாள். அப்போது பந்தங்கள் எரிய, பட்டாசுகள் போடப்பட்டு, மேளங்கள் முழங்கப்படுகின்றன. ஊர்வலம் முடிந்தவுடன் கற்பூரம் காட்டி, தேங்காய் உடைத்து, அம்மன் மீண்டும் கோயிலில் வைக்கப்பட்டு விடுகிறாள்.

பத்தாம் நாள் மாலை, மதுரை வீரனுக்கும், முன்னடியானுக்கும், கோழிகளும், ஆடுகளும் பலி கொடுக்கப்படுகின்றன. நோயின் போதோ, வேறு துயரங்களின்போதோ நேர்ந்து கொண்டவர்கள், வரம் கேட்டு நிற்பவர்கள் எனப் பலரும் பலிக்கு மிருகங்களைக் கொண்டு வருகிறார்கள். அந்த மிருகத்தின் மேல் மஞ்சள் கலந்த நீர் தெளிக்கப்படுகிறது. பூசாரி சில மந்திரங்கள் சொல்கிறார். ஆடாக இருந்தால், அந்தப் பலிக்கு வந்தவர்கள், ஆட்டின் காலைப் பிடித்துக் கொள்கிறார்கள். சில சமயம் கயிற்றினால் அதைக் கட்டுவதும் உண்டு. பூசாரிகளில் ஒருவர், இப்போது அதை ஒரே வெட்டில் தலையைத் துண்டிக்கிறார். இப்போது அதன் தலை, அதன் முன்னங்காலைக் குறுக்காக அதன் வாயில் வைக்கப்பட்டு, மதுரை வீரன் சிலைக்கு முன் வைக்கப்படுகிறது. இந்தப் பலியின்போது, மாரியம்மன் மற்றும் அங்காளம்மன் முன் திரை போடப்படுகிறது. பிடாரிக்குத் திரை போடப்படுவதில்லை.

மாரியம்மன் திருவிழாவில் செய்யப்படும் இரண்டு சடங்குகள், இந்தக் கிராமத்தின் மற்றத் திருவிழாக்களில் செய்யப்படுவ தில்லை. முதலில், ஆடுகள் பலி கொடுக்கப்படும்போது, அவற்றின் ரத்தம் ஒரு மண் பானையில் பிடிக்கப்பட்டு, அதனுடன் சோறு கலக்கப்படுகிறது. இந்த ரத்தம் கலந்த சோறு ஊர்வலத்தின் போது ஊரின் நாற்சந்திகளிலும், கோயிலின் நான்கு திசைகளிலும் தெளிக்கப்படுகிறது. மீதம் இருக்கும் சோறு கிராமத்தில் இருந்து சிறிது தூரத்தில் இருக்கும் ஏதேனும் நிலத்தில் எறியப்பட்டு விடுகிறது.

மிருக பலிகள் முடிந்த பிறகு, தீ மிதிக்கும் விழா நடைபெறுகிறது. ஒரு குழி தோண்டப்பட்டு, அது நிறைய விறகுகள் போடப்பட்டு, அது கங்குகள் ஆகும் வரை எரிக்கப்படுகிறது. மாலையில், மாரியம்மனின் உற்சவ உருவம் கொண்டுவரப்பட்டு இந்தத் தீக்கங்குகளின் முன் கற்பூரம் காட்டி, ஒரு சிறிய பூஜை

செய்யப்படுகிறது. இதற்குப் பின், பூசாரி முதலாவதாக இந்தத் தீக்கங்குகளின் மீது நடக்கிறார். அதற்குப் பின், இவ்வாறு நேர்ந்து கொண்டவர்கள் ஒவ்வொருவராக நடக்கின்றனர்.

பிடாரியின் கோயில் திருவிழாவில், அமாவாசைக்குப் பிறகான ஒன்பதாவது நாளில், தேரில் ஊர்வலம் நடக்கிறது. அன்று மாலையில், மதுரை வீரனுக்கோ, முன்னடியானுக்கோ, ஒன்று அல்லது அதற்கு மேற்பட்ட எருமைகள் பலி கொடுக்கப்படுகின்றன. யாரேனும் தனிப்பட்ட ஒருவரால் கொண்டு வரப்படும் ஆண் எருமை, மஞ்சள் நீர் தெளிக்கப்பட்டு, பூமாலை போடப்பட்டு கொண்டு வரப்படுகிறது. அங்கே படையாச்சி சாதியைச் சேர்ந்த ஒருவரால், தலை வெட்டப்படுகிறது. (படையாச்சி ஒரு தீண்டத்தகாத சாதி அல்ல). இந்தத் தலை பிடாரியின் முன் வைக்கப்படுகிறது. ஆனால் தெலுங்கு நாட்டில் போல் அதன் வாயில், காலை வைப்பதில்லை. இந்த எருமையின் ரத்தம் ஒரு மண் பானையில் பிடிக்கப்பட்டு, பிடாரியின் பக்கத்தில் இரவு முழுதும் வைக்கப்படுகிறது. காலையில் இந்த ரத்தம் பிடாரியால் பெருமளவு குடிக்கப்பட்டு, கொஞ்சமே மீதம் இருக்கும் என்று இங்கிருக்கும் மக்கள் என்னிடம் தெரிவித்தனர். மீதமுள்ள ரத்தம் கோயிலின் வெளியே கொட்டப்படுகிறது. இந்த எருமையின் தலையும், உடலும் கிராமத்தில் இருக்கும் பறையர்களிடம் தரப்படுகிறது. அவர்கள் அதை வைத்து விருந்து கொண்டாடுகின்றனர்.

அங்காளம்மன் திருவிழாவில் ஆடு, கோழிகளுடன் பன்றியும் பலியிடப்படுகிறது. பறையர்கள் மட்டுமல்லாது சூத்திரர்களும் இந்தப் பலிகளில் கலந்து கொள்கின்றனர். அய்யனார் கோயில் திருவிழாவும் இதே நேரத்தில் நடைபெறுகிறது. இதுபோன்ற வழிபாடுகளே நடந்தாலும், அங்குப் பலிகள் கொடுக்கப் படுவதில்லை.

அம்மன் ரத்தம் குடிப்பதாக சீர்காழியில் நம்பப்படுவது எளிதான நம்பிக்கை எனினும், இது இங்கு மட்டுமே நம்பப்படுவது அல்ல. இங்குப் பல கிராமங்களிலும் இதுபோன்று ரத்தம் ஒரு மண் பாத்திரத்தில் பிடிக்கப்பட்டு கடவுளின் அருகே வைக்கப்படுகிறது. ஒரு கிராமத்தில் உள்ள மதுரை வீரன் சன்னதியில், பன்றிகள் பலி கொடுக்கப்பட்டாலும், அவற்றின் ரத்தம் எதிலும் பிடிக்கப்படாமல், தரையில் வழிந்து ஓடவிடப்படுகிறது. ஆனாலும் இங்கு மதுரை வீரன் அந்த ரத்தத்தைக் குடித்துவிடுவதாக இந்த மக்கள் என்னிடம் உறுதியாகக் கூறினார்கள். அதுபோலவே, தெருக்களிலும், ஊர் எல்லையிலும் தெளிக்கப்படும் ரத்தம் தோய்ந்த சோறு, தீய

ஆவிகளுக்கு உணவாகிறது. இந்தச் சோறு 'பொலி' (உணவு என்று தெலுங்கில் பொருள்) என்றழைக்கப்படுகிறது. பல தமிழ் கிராமங்களில் அரிசியும், ரத்தமும் கலக்கப்பட்டு, உருண்டையாக உருட்டி மேலே எறிகின்றனர். அங்கு அந்தப் பலியை ஏற்கும் கடவுளாலோ, தீய ஆவிகளாலோ உண்ணப்படுகிறது என்றும் நம்புகின்றனர்.

வேலூர் தாலுக்கா, வட ஆற்காடு மாவட்டம்

பிடாரி வழிபாடு பற்றியும், கரகம் பற்றியும் இந்திய ஆட்சித் துறையைச் சேர்ந்த திரு எப். ஜே. ரிச்சர்ட்ஸ் அவர்களின் விவரணை கீழே:

'இந்தச் சடங்குகள் முடிந்தவுடன், பூசாரி இன்னமும் சிலருடன், அம்மனை நோக்கிப் பாடல்கள் பாட ஆரம்பிக்கிறார். அவருடன் பாடுபவர்கள், அவரது சொந்தக்காரர்களாகவோ, அவருடன் வருமானத்தைப் பங்கு பிரிப்பவர்களாகவோ இருக்கிறார்கள். இந்தப் பிரார்த்தனைப் பாடல்கள் கோயிலின் அருகாமையிலோ அல்லது அந்த ஊருக்குக் கடவுள் வந்ததாகக் கருதப்படும் திசையிலோ ஒரு குறிப்பிட்ட இடத்தில் பாடுகிறார்கள். அம்மனுக்கு அபிஷேகம் முடிந்தவுடன், அந்த இடத்திற்குச் சென்று பிரார்த்தனையை ஆரம்பிக்கிறார்கள். இது பத்தில் இருந்து முப்பது நிமிடங்கள்வரை நடைபெறுகிறது. அவர்களில் ஒருவரின் மீது அம்மன் இறங்குவதுவரை இந்தப் பாடல்கள் பாடப்படுகின்றன. இந்த பிரார்த்தனையின் காரணமே, அம்மனை அவர்களில் ஒருவரின் மீது இறங்கச் சொல்லி அழைப்பதுதான். அம்மன் இறங்கியவர், இந்தப் பாடல்களை முதலில் இருந்து கண்களை மூடி, உன்னிப்பாகக் கவனிக்கிறார். சிறிது நேரத்தில் ஒரு பொய்யான தூக்க நிலைக்குச் செல்கிறார். அவரின் ஆட்டம் சிறிது சிறிதாக அதிகமாகி, அவர் கீழே விழாமல் சிலர் பிடிக்கும் அளவிற்குப் போகிறது. இப்போது அவர், தன்னருகில் இருப்பவர் யார் மீதாவது சாய்ந்து விடுகிறார். அவரைச் சுற்றி இருப்பவர்களின் கவனம் இப்போது அம்மனிடத்தில் இருந்து, இவரிடம் குவிகிறது.

'அம்மன் இறங்கியவருக்குக் கற்பூரம் காட்டப்படுகிறது. இப்போது அவர் பேசவோ, சிரிக்கவோ, அமைதியாக இருக்கவோ, அழவோ ஆரம்பிக்கிறார். சிரித்தாலோ, பேசினாலோ சுற்றி இருப்பவர்கள் மகிழ்ச்சி அடைகிறார்கள். இப்போது விழா நடத்துவதற்கு அவரிடம் உத்தரவு கேட்கப்படுகிறது. அவர் பேசினாலோ, சிரித்தாலோ இந்த உத்தரவு உடனே வழங்கப்படுகிறது. அவர் அழுதாலோ,

அமைதியாக இருந்தாலோ, அம்மன் கோபமாக இருப்பதாகக் கருதப்பட்டு, அம்மனை அமைதிப்படுத்த மேலும் பாடல்கள் பாடப்படுகிறது. ஒரு பெரிய இடைவெளிக்குப் பின், எல்லாப் பாடல்களும் பாடப்பட்ட பின்னர், சுற்றி இருப்பவர்கள் எல்லாம் பயந்த நிலையில், திரும்பவும் அவருக்குக் கற்பூரம் காட்டப் படுகிறது. இப்போது அவர் மனமிரங்கி, பெரும்பாலான நேரங்களில் உத்தரவு கொடுத்துவிடுகிறார். சில நேரங்களில், இந்த உத்தரவு தந்த பின்னர், அந்தக் கூட்டத்தில் யாரேனும் கிராம சட்டதிட்டங்களை மீறி இருந்தால் அவர்களைக் காட்டிக் கொடுக்கிறார். இவ்வாறு காட்டிக் கொடுக்கப்பட்ட நபர், மன்னிப்பு கேட்பதுடன், ஆடோ, கோழியோ பலி கொடுப்பதற்கு வேண்டிக் கொள்கிறார். விழா கொண்டாட உத்தரவு கிடைத்தவுடன், கிராம மக்கள் மகிழ்ச்சியுடன் திருவிழா கொண்டாடக் கிளம்பி விடுகிறார்கள்.

‘சில வருடங்களுக்கு முன், இந்த நிகழ்ச்சி நடக்கும்பொழுது, அருகில் மேய்ந்து கொண்டிருந்த ஒரு குதிரை, இந்தச் சத்தத்தில் மிரண்டு ஓடிக் கோயிலை மூன்று முறை சுற்றி வந்து வாசலின் முன் நின்றது. கிராமத்தினர் இதை அம்மனின் செயலாகவே கருதினர்.

‘விழாவின் இரண்டாம் நாளில், தேர்த் திருவிழாவின்போது அம்மனின் உற்சவ சிலை, அபிஷேகங்கள் செய்யப்பட்டு, தேரில் வைக்கப்படுகிறது. கிராமத்தினர் அனைவரும் இந்தத் தேரை கிராமத்தின் தெருக்களில் இழுக்க ஆர்வத்துடன் முன்வருகின்றனர். பூசாரியும், முதல் நாளில் காப்பு அணிந்த மற்றவர்களும் மஞ்சள் துணி அணிந்து தேர்த் திருவிழாவில் பங்கெடுக்கின்றனர். தேரின் முன்பாக மேளம், எக்காளம் ஊத, தேர் இழுக்கப்படுகிறது.

இந்தத் தேரின் முன் மிகவும் கடவுள் பக்தி மிகுந்தவர்களாகக் காட்டிக் கொள்ளும் சிலர் தலையில் கரகம் வைத்து ஆடிக்கொண்டு மக்களை மகிழ்வுற வைக்கின்றனர். தலையில் இருந்து கரகம் விழுந்து விடாமல் ஆடுகின்றனர். இந்தக் கரகம் ஆடுபவர் ஒரு கால் சராய் மட்டுமே அணிந்திருக்கிறார். அது அவிழ்ந்து விடாமல் இருக்க ஒரு கயிறு அல்லது துணி கொண்டோ இறுகக் கட்டிக்கொண்டுள்ளார். அவரது வயிறு தெரிய முதுகில் மட்டும் சதுரமாக ஒரு துணி அணிகிறார். வலது கையில் ஒரு நீண்ட வாளும், மற்றொரு கையில் ஓர் எலுமிச்சையோ, இலைகளோ அல்லது ஒரு துணியோ வைத்திருக்கிறார். கரகத்தைக் கீழே விழத் தட்டுவது போலும், பின்னர் அதைத் திரும்பவும் தலையிலேயே வைத்திருப்பது போலும் ஆடி மக்களை மகிழ்விக்கிறார். எலுமிச்சைச் சாற்றைத் தவிர வேறெதுவும் அவர் உண்ணவோ, குடிக்கவோ தரப்படுவதில்லை.

இந்தக் கரகம் ஆடுபவர், மேளம் அடிப்பவர்கள் கூடவே தேர், கிராமத்தின் முக்கிய தெருக்களில் இழுத்துச் செல்லப்படுகிறது. இரு தெருக்கள் சேரும் இடங்களில் எல்லாம், ஒரு கோழி பலி கொடுக்கப்படுகிறது. இந்தத் தாலுக்காவில் பெரிய கிராமங்கள் இல்லை – எனவே, ஆடு பலி கொடுக்கும் அளவிற்கு வசதியான விவசாயிகள் இல்லை. தேர் செல்லும் தெருக்களில் இருக்கும் வீடுகளில் எல்லாம் தேங்காய் உடைத்து, கற்பூரம் காட்டுகின்றனர். பூசாரிக்கு ஒரு சிறு சன்மானம் கொடுக்கப்படுகிறது. ஆனால் இந்தச் சன்மானம் எல்லா இடங்களிலும் கொடுக்கப்படுவதில்லை. உடைக்கப்படும் தேங்காயின் பாதி பூசாரிக்குக் கொடுக்கப்படுகிறது. அதை அவர் அருகில் ஒரு கூடையில் போட்டு வைத்துக் கொள்கிறார். ஊரின் முக்கிய தெருக்களில் இழுக்கப்பட்டு, தேர் இறுதி வரை நிற்காமல், அது கிளம்பிய இடத்திற்கே வந்து சேர்கிறது.

இடையில் எங்காவது தேர் நிறுத்தப்பட்டு, அம்மன் இரவைத் தெருவில் கழிக்க நேர்ந்தால், இந்துக்கள் அதைக் கெட்ட சகுனமாகக் கருதுகிறார்கள். எனவே தேரை இரவிற்குள் எப்படியாவது புறப்பட்ட இடத்திற்கே கொண்டு சேர்த்து விடவேண்டும். அங்குச் சேர்ந்தவுடன், ஓர் ஆடோ, கோழியோ பலி கொடுக்கப்பட்டு, அன்றைய விழாச்சடங்குகள் முடிந்து, பூசாரியும், மற்றவர்களும் வீடு திரும்புகின்றனர். சில கிராமங்களில் 'கணவர்' என்று ஒருவர் நியமிக்கப்பட்டு, அவர் கோயிலில் அன்றைய இரவைக் கழிக்கிறார். இரவில் கிராமத்தின் முக்கிய விவசாயிகள் கூத்திற்கு நேரத்தைச் செலவழிக்கின்றனர். இந்தக் கூத்தானது இரவு பத்து மணியில் இருந்து விடியற்காலைவரை நடைபெறுகிறது. கிராமிய நடனமும், இன்றைய நாடகமும் சேர்ந்த ஒன்றாக இது இருக்கிறது.'

எசன, திருச்சி மாவட்டம்

ஜூலை அல்லது ஆகஸ்ட் மாதங்களில் திருச்சி மாவட்டத்தில் உள்ள எசன கிராமத்தில், பறையர்களால் எடுத்து நடத்தப்படும் ஒரு திருவிழா சிறப்பு வாய்ந்ததாகும்.

கிராமத்தில் இருந்து ஒரு மைல் தூரத்தில், மெட்ராஸ் செல்லும் பாதையை ஒட்டி, முப்பது அடிச் சதுரத்தில், சிறு கல் சுவருடன் ஒரு கோயில் இருக்கிறது. எட்டடி உயரத்தில், இந்தக் கோயிலின் கிழக்கே புலிகளின் மீதமர்ந்தவாறு மூன்று பெரிய ஆண்களின் சிலைகள் இருக்கின்றன. இவை பண்டூர் கருப்பண்ணா (பண்டூர் இந்தக் கிராமத்தின் பழைய பெயர்), புதுக் கருப்பண்ணா மற்றும் ஊரசுத்தியான் (கிராமத்தைச் சுற்றி வரும் சாமி) ஆகும். இவர்களின்

முன் கருப்பான எண்ணெய்யால் பூசப்பட்ட ஆண்-பெண் சிற்பங்கள் செதுக்கப்பட்ட சில கற்களும், எந்தச் சிற்பமும் இல்லாத ஆறு கற்களும் இருக்கின்றன. இக்கற்கள் ஆறு-ஏழு இன்ச் உயரமே உள்ளன. இந்தக் கற்களின் எதிரில், ஏழு பெண் சிற்பங்களுடன் ஒரு சிறு சன்னதி உள்ளது. இவர்கள் கன்னிமார் (ஏழு கன்னியர்) என்றழைக்கப்படுகின்றனர். வட கிழக்கில் ஒரு குதிரையின்மீது மதுரை வீரன் சிலை இருக்கிறது. அவரது இரண்டு மனைவியரின் சிலையும் அதற்கு முன் இருக்கிறது. இந்தக் கோயிலின் முக்கியத் தெய்வங்கள், இந்தச் சிறு சிற்பங்களில் உள்ள அம்மன்கள்தான். புலியின்மீது பயங்கரமாக அமர்ந்திருக்கும் ஆண் தெய்வங்கள் அல்ல.

திருவிழா நாள் முடிவான உடன், ஒவ்வொரு பறையர் குடும்பமும், விழாச் செலவிற்காக, ஒரு ரூபாய் கொடுக்கின்றனர். விழாவின் முதல் நாளில், கோயிலின் அருகில் மேலக்கரையில் உள்ள பறையர் தெருவில் ஒரு பூஜை நடக்கிறது. ஒரு குடிசையில், ஏழு பித்தளைப் பானைகள் ஒன்றின்மீது ஒன்றாக அடுக்கப்படுகிறது. இதுபோன்று மூன்று, ஏழு பானை வரிசை வைக்கப்படுகிறது. ஒவ்வொன்றின் மேலும் ஐம்பொன்னால் செய்யப்பட்ட புது கருப்பண்ணா, பண்டூர் கருப்பண்ணா மற்றும் கருப்பண்ணாவின் மனைவியான மலையாயி ஆகியோரின் சிற்பங்கள் வைக்கப்படுகிறது. இவர்களுக்கு முன் சோறு படைக்கப்பட்டு, தேங்காய் உடைக்கப்பட்டு இந்தக் கடவுள்களுக்குத் தூபம் காட்டப்படுகிறது. இரவில் வாளும், ஈட்டியும் வைத்து ஒரு நடனம் ஆடப்படுகிறது.

இரண்டாம் நாள், பறையர்கள் இந்தக் கோயிலுக்கு வந்து, அம்மன்களைக் குறிக்கும் இந்தச் சிறு கருங்கற்களை எண்ணெய், பால், தேங்காய்ப் பால், எலுமிச்சைச் சாறு மற்றும் தண்ணீரால் நீராட்டுகின்றனர். அதன் பின் இத்தெய்வங்களுக்குப் புது துணிகளை அணிவித்து சந்தனம் பூசுகின்றனர். அங்கேயே அரிசி சமைத்து, சோற்றைக் கடவுளுக்குப் படைக்கின்றனர். இதன் பின்னர், இங்கே பன்றிகள், ஆடுகள், கோழிகள் பலி கொடுக்கக் கொண்டு வரப்படுகின்றன. இவற்றின்மீது நீர் தெளிக்கப்படுகிறது. இவை உடன் நடுங்கினால், பலியை அம்மன் ஏற்றுக்கொண்டதாகவும் இல்லை எனில் அம்மன் நிராகரித்துவிட்டதாகவும் சொல்கின்றனர். ஒரு பறைய பூசாரி, அம்மன் ஏற்றுக்கொண்ட பலிகளின் தலையை ஒரே வெட்டில் துண்டிக்கிறார். அம்மன் அருளுடன் இருக்கும் இன்னொரு பூசாரி, இந்த ஆட்டின் கழுத்தில் இருந்து வரும் ரத்தத்தைக் குடிக்கிறார். இதுபோல் அன்று ஓர் இரவில் அவர் ஒரு நூறு ஆடுகளின் ரத்தம்வரைக் குடிக்கிறார். ஆடுகள் பலி முடிந்தவுடன், நான்கு அல்லது ஐந்து பன்றிகள் நேர்ச்சையாக இங்குப்

பலி கொடுக்கக் கொண்டு வரப்படுகின்றன. இந்தப் பன்றிகளின் தலை வெட்டப்பட்டவுடன், குயவர் வீட்டில் இருந்து கொண்டுவந்த புதுப் பாத்திரங்களில், அவற்றின் ரத்தம் பிடிக்கப்பட்டு சன்னதியில் வைக்கப்படுகிறது. எல்லா மக்களும் கோயிலில் இருந்து சென்றபிறகு, பூசாரிகள் இந்த ரத்தத்தை சோற்றில் கலந்து, வட கிழக்கு, வட மேற்கு, தென் கிழக்கு மற்றும் தென் மேற்குத் திசைகளை நோக்கி எறிந்துவிடுகின்றனர். அத்துடன் இந்தத் திருவிழா முடிவுறுகிறது.

திருச்சிராப்பள்ளி

இந்த ஆடு கோழிகளின் பச்சை ரத்தத்தைக் குடிப்பது ஒரு கொடூரமான விஷயமாக இருந்தாலும், அதைவிடப் பயங்கரமான ஒரு சடங்கு, பிப்ரவரி அல்லது மார்ச் மாதத்தில், கல்வி மற்றும் வணிகத்தில் ஒரு முக்கியமான நகரான திருச்சியில் உள்ள குளுமை அம்மன் கோயிலில் நடக்கிறது. இந்த அம்மன் காலரா, கால்நடை நோய்கள் மற்றும் பிற கொள்ளை நோய்களிடமிருந்து காக்கும் தெய்வமாகும். இங்கு பரம்பரையாக பூசாரியாக இருக்கும் வெள்ளாளர் ஒருவர், இரு மனிதர்களால் மேலே தூக்கப்படுகிறார்;

இந்த விழாவில் ஓர் இரண்டாயிரம் குட்டி ஆடுகள் பலி கொடுக்கப்படுகின்றன. முதலில் பலி கொடுக்கப்படும் எட்டு அல்லது பத்துக் குட்டி ஆடுகளின் ரத்தம் ஒரு வெள்ளிப் பாத்திரத்தில் (ஒரு லிட்டர் அளவிற்கு) பிடிக்கப்பட்டு, இந்தப் பூசாரியிடம் கொடுக்கப்படுகிறது. அதை அவர் முழுதும் குடித்து விடுகிறார். அதன் பின் ஒவ்வொரு குட்டி ஆடும் வெட்டப்பட்டவுடன், அவரிடம் கொடுக்கப்படுகிறது. அவரும் அதன் கழுத்தில் வாய் வைத்து ரத்தத்தைக் குடிக்கவோ அல்லது குடிப்பது போலவோ செய்கிறார். பூசாரியின் வழியாகக் குளுமை அம்மன் இந்த ரத்தத்தைக் குடிப்பதாக பக்தர்கள் நம்புகின்றனர். இந்த சடங்கின் போது, அருகில் ஒரு மேடையில் குளுமை அம்மனின் சிலை வைக்கப்பட்டு இருக்கிறது.

இதுபோலவே, இந்த ஆடுகளைக் கொல்லவும் ஒரு பயங்கரமான முறை பல தமிழ் கிராமங்களில் கடைப்பிடிக்கப்படுகிறது. பூசாரிகளில் ஒருவர் சிறுத்தைபோல் வேடமிட்டுக்கொண்டு, ஆட்டின் கழுத்தைக் கடித்துக் கொல்கிறார்.

இருங்களூர், திருச்சி அருகில்

இந்தப் பலிகளின் ரத்தம், தீய ஆவிகளின் உணவு என்னும் நம்பிக்கையை ஒட்டி, எல்லை அம்மனைச் சாந்தப்படுத்தும்

இன்னொரு சடங்கு தமிழ்நாட்டில் நடத்தப்படுகிறது. திருச்சியில் இருந்து பதினாலு மைல் தொலைவில் உள்ள இருங்களூர் கிராமத்தில், குரும்பை அம்மனின் திருவிழாவின் கடைசி நாளில் இது செய்யப்படுகிறது. விழாவின் முதல் ஏழு நாட்களில், அம்மனுக்கு அபிஷேகமும், பழம் மற்றும் சோறு படையலாகவும் கொடுக்கப்பட்டு, ஊரைச் சுற்றி ஊர்வலம் நடத்தப்படுகிறது. எட்டாம் நாள், ஒரு மண் பானை, கரகமாக அலங்கரிக்கப்படுகிறது. இந்த அலங்கரிப்புகளை நான் ஏற்கெனவே விளக்கிவிட்டேன்.

அவ்வாறு அலங்கரிக்கப்பட்டு தயாரானவுடன், சோறு, பழங்கள், தேங்காய் மற்றும் தூபம் முதலியவை அதற்குப் படைக்கப்படுகிறது. பின் பூசாரி தன் இடுப்பைச் சுற்றி காப்பைக் கட்டுகிறார். காப்பு என்பது மஞ்சள் தேய்க்கப்பட்ட ஒரு கயிறாகும். இது தீய சக்திகளில் இருந்து காக்கும் என்கின்றனர். இப்போது ஒரு செம்மறி ஆடு, அவருக்கு முன் பலி கொடுக்கப்படுகிறது. இதன் மூலம் அவருக்குச் சக்தி கிடைக்கும் என்று நம்பப்படுகிறது. இதன் பின், தன் தலையில் கரகத்தைச் சுமந்துகொண்டு, மேளங்கள் முழங்க, ஊரைச் சுற்றி வந்து, கிராமத்தின் நடுவே உள்ள ஒரு பந்தலில் வைத்து விடுகிறார். அங்கிருந்து காலை, மாலை இரு நேரமும், கரகம் ஊர்வலமாக எட்டு, ஒன்பது, பத்தாம் நாட்களில் எடுத்துச் செல்லப்படுகிறது. அதற்கு அரிசி, பழங்கள், தூபம் மற்றும் வாசனைப் பத்திகள் படைக்கப் படுகின்றன.

பத்தாம் நாள் காலை ஏழு மணி அளவில், கரகத்திற்கு முன் ஒரு செம்மறி பலி கொடுக்கப்படுகிறது. அதன் கழுத்து அறுக்கப்பட்டு, தலை வெட்டப்பட்டு, அதன் ரத்தம் ஒரு மண் பானையில் பிடிக்கப்படுகிறது. இந்தப் பானை ஒரு கயிற்றுச் சட்டகத்தில் வைக்கப்பட்டு, ஊரின் எல்லைக்குப் பூசாரியால் ஓட்டமாக எடுத்துச் செல்லப்படுகிறது. அவருடன் கிராமத்தினர் கூட்டமாகக் கத்திக் கொண்டே ஓடுகின்றனர். எல்லைக் கல் என்பது நான்கடி உயரத்தில் தரையில் நன்கு ஊன்றப்பட்டு இருக்கிறது. அதன் முன் இரண்டடி உயரமும், ஐந்து-ஆறடி அகலமும் உள்ள இன்னொரு கல் இருக்கிறது. இந்த எல்லைக்கல்லை நெருங்கியவுடன், பூசாரி அதை மூன்றுமுறை வலம் வந்து, மூன்றாவது முறையில், எல்லைக்கல்லின் முன் நின்று, அந்தப் பானையைப் பின்னால் தூக்கி எறிந்து, அந்தச் சின்னக் கல்லில் பட்டு சோற்றையும், ரத்தத்தையும் சிதற வைக்கிறார். பின்னால் திரும்பிப் பார்க்காமல், அங்கிருந்து திரும்பவும் கரகம் வைக்கப்பட்டுள்ள பந்தலுக்கு ஓடி வருகிறார். இப்போது அவருடன் ஓடி வருபவர்கள் எந்தச் சத்தமும் எழுப்பாமல் அமைதியாக ஓடி வருகின்றனர்.

இந்தப் பானையைத் தூக்கிக்கொண்டு ஓடி வரும் பூசாரிமீது அம்மனின் அருள் இறங்கி இருப்பதாகச் சொல்லப்படுகிறது. அவர் கீழே விழாமல் சிலர் பிடித்துக் கொண்டே வருகின்றனர். இந்த எல்லைக் கல்லில் இருப்பது எல்லைக் கருப்பு என்றும் ஊரின் உள்ளே உள்ள பிற தீய சக்திகள் அவரிடம் அடங்கியவை என்றும் கூறுகின்றனர். இப்படிச் சோறும், ரத்தமும் இறைப்பது அவரைச் சாந்தப்படுத்துகிறது. பந்தலுக்கு வந்தவுடன், பூசாரியும், ஏனைய மக்களும் கரகத்தின் முன் விழுந்து கும்பிடுகிறார்கள். அங்கிருந்து அருகிலுள்ள குளத்திற்குச் சென்று குளித்துவிட்டு, மீண்டும் பந்தலுக்கு வந்து, இன்னொரு ஆட்டைப் பலி கொடுக்கின்றனர். அதன் பின் ஊர்வலம் ஊரைச்சுற்றி வருகிறது.

அன்றைய மாலைப்பொழுதில் கோயிலின் வருமானத்தில் இருந்து, ஒரு பன்றி, ஆடு மற்றும் கோழி வாங்கப்பட்டு, குரும்பை அம்மன் கோயிலின் இன்னொரு சன்னதியில் இருக்கும் மதுரை வீரனுக்கு முன் பலி கொடுக்கப்படுகின்றன. அங்கேயே பெரிய அளவில் அரிசி சமைக்கப்பட்டு, பலி கொடுக்கப்பட்ட மிருகங்கள் குழம்பாகின்றன. இந்தச் சோறும், அரிசியும் ஒரு துணியின்மீது படைக்கப்பட்டு, மதுரை வீரனுக்குப் பூஜை நடைபெறுகிறது. சாராயம், பழம், பூ, தூபம் மற்றும் கற்பூரம் ஏற்றி, மந்திரங்கள் சொல்லப்படுகிறது. அதன் பின் பூசாரி படைக்கப்பட்ட சோறு, குழம்பின் மீது சிறிது நீர் தெளிக்கிறார். அந்த சோறும், குழம்பும் வந்திருக்கும் மக்களால் சாப்பிடப்படுகிறது. மதுரை வீரன் சன்னதியில் நடக்கும் இந்தப் பலியின்போது, குரும்பை அம்மனின் சன்னதி மூடப்பட்டு இருக்கிறது.

புள்ளம்பாடி, திருச்சி மாவட்டம்

எல்லைக்கல்லிற்குப் பூஜை செய்து சாந்தப்படுத்துவது திருச்சி மாவட்டக் கோயில்களில் ஒரு பொதுவான பழக்கம். ஆனால் அதிலும் சிறு மாற்றங்கள் சில கிராமங்களில் காணப்படுகிறது. புள்ளம்பாடியில் உள்ள குழந்தாலம்மன் கோயிலில் திருவிழா பதினைந்து நாட்கள் நடக்கிறது. முதல் நாள், அம்மனுக்கு அபிஷேகம் நடத்தி, கோயிலின் வெளியே ஓர் ஆடு, கருப்புக்குப் பலி கொடுக்கப்படுகிறது. அப்போது அம்மன் சன்னதி மூடப்படுகிறது. அரிசி, பழங்கள், பூக்கள் எல்லாம் அம்மனுக்குப் படைக்கப்படுகிறது. அடுத்த ஆறு நாட்களுக்கு இவை மட்டுமே படைக்கப்படுகிறது; எட்டாம் நாள், கருப்பிற்கு இன்னும் இரண்டு ஆடுகள் பலி கொடுக்கப்படுகின்றன.

ஒன்பதாம் நாள் முதல் பதினைந்தாம் நாள் வரை, அம்மன் தினமும் ஒரு வாகனத்தில், ஊரை வலம் வருகிறார். பதினைந்தாம் நாள் அம்மன் தேரில் வலம் வருகிறாள். அன்று தேர் நகர்வதற்கு முன், மூன்று ஆடுகள் கோயிலின் முன் பலி கொடுக்கப்படுகின்றன. அவற்றின் ரத்தம் ஒரு மண் பானையில் பிடிக்கப்பட்டு, சோற்றுடன் சேர்த்துப் பிசையப்படுகிறது.

கோயிலைச் சுற்றி உள்ள தெருக்களின் ஒன்பது சந்திகளிலும் ஓர் ஆடு பலி கொடுக்கப்படுகிறது. பறையர் ஒருவரால் வெட்டப்படும் இந்த ஆடுகளின் ரத்தமும், சேர்வைக்காரர் சாதியைச் சேர்ந்த காப்புக்காரன் என்னும் பூசாரியால் ஒரு மண் பானையில் சேகரிக்கப்படுகிறது. காப்புக்காரன் இந்த ரத்தத்தை எல்லாம் சோற்றுடன் சேர்த்து ஒரு பெரிய பானையில் கலக்கிறார். பின் கிராமத்தினுள்ளே உள்ள ஒன்பது சந்திகளிலும், இன்னும் ஒன்பது ஆடுகள் வெட்டப்பட்டு, அவற்றின் ரத்தமும் இந்தப் பானையில் சேர்க்கப்படுகிறது.

தேர் நிலைக்குத் திரும்ப வந்தவுடன், காப்புக்காரன் இந்தப் பானையை எடுத்துக்கொண்டு, ஊர் ஆண்களுடன், ஊரின் மேற்கெல்லையில் உள்ள ஒன்றரை அடி உயரமும், இரண்டடி அகலமும் கொண்ட எல்லைக் கல்லைச் சென்று சேர்கிறார். அங்கு ஓர் ஆடு வெட்டப்பட்டு, அதன் ரத்தம் கல்லின் மேல் வழிய விடப்பட்டு, அதன் தலை அந்தக் கல்லின்மீது வைக்கப்படுகிறது. இப்போது அந்தப் பானையோடு, காப்புக்காரன் அந்தக் கல்லைச் சுற்றி மூன்று முறை ஓடி வந்து, அந்தப் பானையை எல்லைக் கல்லின் அடியில் உடைத்து விட்டு, பின் திரும்பிப் பார்க்காமல் ஓடி விடுகிறார். அவருடன் வந்தவர்கள் இதற்கு முன்பே அந்த இடத்தை விட்டு ஓடி விடுகின்றனர். இத்துடன் திருவிழா முடிகிறது.

செம்பிய, புதுக்கோட்டை அருகில்

புதுக்கோட்டை தாலுக்காவில் உள்ள செம்பிய என்ற இன்னொரு கிராமத்தில், இந்த எல்லைக் கல் சடங்கு இன்னமும் விரிவாக நடத்தப்படுகிறது. இங்கே, கிராமத்தின் நான்கு திசைகளிலும் நான்கு எல்லைக் கற்கள் உள்ளன. அதுபோக, கிராமத்தின் உள்ளே ஐந்து கல்களும், ஊர் நிலங்களின் எல்லையில் இன்னொரு கல்லும் உள்ளது.

பிடாரி கோயில் திருவிழாவின்போது ஊரில் இருக்கும் ஒன்பது கல்களுக்கும் தினமும் சோறு, பழங்கள் போன்றவை படையலிடப் படுகின்றன. பதினாறாம் நாள் பிடாரியின் உருவம், பூசாரியின்

வீட்டிற்கு எடுத்துச் செல்லப்படுகிறது. பூசாரி எல்லைக் கல் ஆவிகளைச் சாந்தப்படுத்தும் இந்தச் சடங்கை நடத்துகிறார். பூசாரி முதலில் மணிக்கட்டில் காப்பு கட்டிக்கொண்டு, முழுவதும் கறுப்பான ஓர் ஆட்டைப் பலி கொடுக்கிறார். அதன் ரத்தம் ஒரு மண் பானையில் பிடிக்கப்படுகிறது. பிடாரியின் உலோகச் சிலை ஒரு மரக் குதிரையில் ஊரைச் சுற்றி வருகிறது. அப்போது கிராமத்தின் ஒன்பது கற்களின் முன்னும் ஓர் ஆடு பலி கொடுக்கப்படுகிறது. இந்த ஊர்வலம் முடியும்போது, காப்புக்கட்டிய பூசாரி, கறுப்பாட்டின் ரத்தம் உள்ள பானையைக் கயிற்றுடன் கட்டி எடுத்துக்கொண்டு, பிடாரியின் அருள் இறங்கிய நிலையில், ஊர் நிலங்களின் கடைசியில் உள்ள கல்லை நோக்கி ஓடுகிறார். அவருடன் ஒரு முப்பது கிராமத்தினர், சிலர் அவரைப் பிடித்துக்கொண்டு ஓடுகின்றனர். அந்தக் கல்லை அடைந்தவுடன், ஒருமுறை அதைச் சுற்றி வந்து பானையை அதன் முன் நின்று உடைத்துவிட்டு, திரும்பிப் பார்க்காமல், மரக்குதிரையில் பிடாரி அமர்ந்திருக்கும் இடத்திற்கு ஓடி வருகிறார். அதன் பின்னே பிடாரி மீண்டும் கோயிலுக்குள் எடுத்துச் செல்லப்படுகிறார். இத்துடன் இந்தச் சடங்கு முடிகிறது.

திருச்சி மாவட்டத்தில் இதைப்போன்ற ஒரு பிடாரி கோயில் திருவிழாவில் சில வருடங்களுக்கு முன், ஒரு விரும்பத்தகாத சம்பவம் நடைபெற்றது. விழா ஆரம்பித்து பூசாரி கையில் காப்பு கட்டிய பிறகு, கோயில் நிர்வாகிகளிடையே ஒரு பூசல் உண்டானது. அது ஒரு பிரச்னை ஆகி விழா நிறுத்தப்பட்டது. இந்தப் பிரச்னை மூன்று வருடங்களுக்குத் தீர்க்கப்படவில்லை. அதுவரை உடையார் சாதியில் எவருக்கும் திருமணம் நடக்கவில்லை. காப்புக் கட்டிய பூசாரியோ கோயிலை விட்டு வெளிவரவே இல்லை. காப்புடன் வெளி வந்தால் பிடாரியின் கோபத்திற்கு ஆளாக வேண்டி வரும் என்ற பயமே காரணம்.

தூக்கனாம்பாளையம், தஞ்சாவூர் மாவட்டம்

தஞ்சாவூர் மாவட்டத்தில் உள்ள தூக்கனாம்பாளையம் கிராமத்தில், எல்லைக் கல் ஆவிகள், காளியம்மன் கோயில் திருவிழாவின்போது எருமைப்பலியின் மூலம் சாந்தப்படுத்தப்படுகின்றன. தஞ்சாவூரின் பல கிராமங்களில், காளியே எல்லைத் தெய்வமாக இருக்கிறாள். இந்தக் கிராம திருவிழாவின் கடைசி நாளன்று, காளியம்மன் இந்த எல்லைக் கல்லிற்கு எடுத்துச் செல்லப்பட்டு, அங்கே ஓர் ஆண் எருமை பலி கொடுக்கப்படுகிறது. பலிக்குப் பின், அங்கேயே ஒரு குழி தோண்டப்பட்டுப் புதைக்கப்படுகிறது. அதன் தலையோ, ரத்தமோ வைத்து எந்தச் சடங்கும் செய்யப் படுவதில்லை.

மகாகாளிக்குடி, திருச்சி அருகில்

திருச்சியில் இருந்து எட்டு மைல் தொலைவில் இருக்கும் மகாகாளிக்குடியில் நடக்கும் கிராம தெய்வ வழிபாடும் சில புதுச் சடங்குகளைக் கொண்டுள்ளது. இங்கிருக்கும் தெய்வம் உஜ்ஜைனி காளி அல்லது மகாகாளி என்று அழைக்கப் படுகிறாள். இதே கோயிலில் எல்லியம்மன், புள்ளத்தாலம்மன், விசாலட்சுமியம்மன், அங்காளம்மன் என்ற அம்மன்களும், மதுரை வீரன், பாதாளம்மா மற்றும் அய்யனார் சிலைகளும் உள்ளன (இந்த ஒரு கோயிலில்தான் நான் அய்யனாரை ஓர் அம்மன் கோயிலில் சிறு தெய்வமாகப் பார்த்தேன்). உஜ்ஜைனி காளி, பிராமணர்கள் உள்பட, எல்லா சாதியினராலும் வணங்கப்படுகிறாள். இந்தக் கோயில் பூசாரிகளும் சிலர் சூத்திரர்களாகவும், சிலர் பிராமணர்களாகவும் இருக்கின்றனர். பிராமணர்கள் இந்தக் கோயிலில் கடைசி ஐம்பது வருடங்களிலேயே பூசாரிகளாக இருப்பதாகத் தெரிகிறது. பிப்ரவரி அல்லது மார்ச்சில் நடக்கும் வருடத் திருவிழா மொத்தம் பதினாறு நாட்கள் நடக்கிறது.

முதல் நாள், கங்கணதாரணம் என்று அழைக்கப்படுகிறது. அன்று மூன்றடி உயரத்தில் இருக்கும், ஐம்பொன்னால் செய்த அம்மனின் சிலைக்கு ஒரு புதிய தங்க வளையல் (கங்கணம்) செய்யப்பட்டு அணிவிக்கப்படுகிறது. அதே நேரத்தில் ஒரு சூத்திர பூசாரி வலது மணிக்கட்டில் காப்புக் கட்டிக் கொள்கிறார். சோறு, தேங்காய், வாழை மற்றும் எலுமிச்சை முதலியவை அம்மனுக்குப் படைக்கப் பட்டு, கோயில் முழுதும் விளக்குகள் ஏற்றப்பட்டு, தூபமும், கற்பூரமும் காட்டப்படுகிறது. எட்டு நாட்களுக்கு இந்தச் சடங்குகளே நடத்தப்படுகிறது. அம்மனுக்கு அதே வளையலும், பூசாரிக்கு அதே காப்பும் அணிவிக்கப்படுகிறது.

ஒன்பதாம் நாள் இந்த வளையல் கோயில் பொக்கிஷத்தில் கொண்டுபோய் சேர்க்கப்பட்டு ஒரு புதிய வளையல் போடப் படுகிறது. மற்ற நாட்கள் போலவே படையல்கள் படைக்கப் படுகின்றன. ஆனால், முதல் முறையாக அம்மன் ஒரு மரப்பல்லக்கில் ஏற்றி அலங்காரம் செய்யப்பட்டு அதிர் வேட்டுகள் முழங்க, மேளதாளச் சத்தங்களுடன் பந்தங்கள் முன் செல்ல, ஊர்வலம் வருகிறாள்.

இது விழாவின் பதினான்காம் நாள் வரை தொடர்கிறது. ஒவ்வொரு நாளும் அம்மன் ஒரு வாகனத்தில் ஊர்வலம் வருகிறாள்; பத்தாம் நாள் குதிரை, பதினொன்றாம் நாள் தேர், பன்னிரண்டாம் நாள் சிங்கம், பதின்மூன்றாம் நாள் பல்லக்கு, பதினான்காம் நாள் அன்னம் அல்லது

காளை வாகனத்தில் வலம் வருகிறாள். கோயிலில் எந்த மிருக பலியும் கொடுக்கப்படுவதில்லை. தேர்த் திருவிழா நடக்கும் பதினொன்றாம் நாள், ஆடுகள் பலி கொடுக்கப்படுகின்றன. அம்மன் தேரில் ஏறும் முன், தேரின் முன்பாக ஒரு குட்டி ஆடு கொண்டு வரப்பட்டு உம்பேல்லயார் சாதியைச் சேர்ந்த கிராம காவல்காரரால் தலை துண்டிக்கப்படுகிறது. காவல்காரர் ஆட்டின் தலையையும், உடலையும் எடுத்துக்கொண்டு, அதன் ரத்தத்தைத் தேரைச் சுற்றிச் சிந்த விட்டுவிட்டு, அதைக் கோயிலின் பறையர் வேலைக்காரரிடம் கொடுத்து விடுகிறார். தேர் திரும்ப வந்தவுடன் மீண்டும் ஓர் ஆடு பலி கொடுக்கப்படுகிறது. காவல்காரர் அதன் தலையை வெட்டிக் கீழே வைத்து, பழங்கள், தேங்காய், கற்பூரம் கொண்டு படையல் போடுகிறார். அதன் பின் ஆட்டின் சொந்தக்காரர் அதன் உடலையும், பூசாரி அதன் தலையையும் எடுத்துக்கொள்கின்றனர். தேர் ஊரைச் சுற்றி வரும்போதும், நேர்ந்துகொண்டவர்கள் தங்கள் ஆடுகளை வீட்டின் முன் கொண்டு வருகின்றனர். காவல்காரர் அவற்றின் தலையைத் துண்டிக்கிறார்.

கண்ணனூர், திருச்சி அருகில்

திருச்சி அருகில் இருக்கும் கண்ணனூரில் இந்தப் பலி கொடுக்கும் சடங்கில் ஒரு சிறிய மாற்றம் உள்ளது. இங்கிருக்கும் மாரியம்மன் கோயில் திருவிழாவின்போது, கிராம மக்கள் தாங்கள் வேண்டிக் கொண்டபடி ஆடுகள், கோழிகள், புறா, கிளி, பசு, கன்றுகள் முதலியவற்றைக் கோயில் சுற்றுச் சுவருக்குள் உயிருடன் விட்டுவிடுகின்றனர். திருவிழா முடிந்தவுடன், இவை அனைத்தும் ஒரு குத்தகைதாரருக்கு விலைக்குக் கொடுக்கப்பட்டு விடுகிறது. இரண்டு வருடங்களுக்கு முன் இவை நானூறு ரூபாய்க்குக் கொடுக்கப்பட்டனவாம். இது இரண்டு ஏக்கராவில் அமைந்துள்ள இந்தப் பெரிய கோயிலுக்கு ஒரு பெரிய வருமானம் ஆகும். தெலுங்கு நாட்டில்போல் இங்கு எருமைகள் பலி கொடுக்கப்படுவதில்லை. மதுரை காளியம்மன் இருக்கும் சில கிராமங்களில் எருமைப்பலி நடக்கிறது.

துறையூர், திருச்சி

துறையூரில் எருமைப்பலி ஐந்து அல்லது ஆறு வருடங்களுக்கு ஒருமுறை நடக்கிறது. திருவிழா நடப்பதற்கு முன், கிராமத்தின் முக்கிய மனிதர்கள் பழம், அரிசி முதலியவற்றுடன் அம்மனிடம் விழா நடத்த உத்தரவு கேட்கிறார்கள். அப்போது பல்லி கோயிலின்

ஒரு குறிப்பிட்ட இடத்தில் இருந்து கூப்பிட்டால், உத்தரவு கொடுத்ததாகக் கருதி விழாவிற்கு ஆயத்தங்கள் நடக்கின்றன. பலி கொடுக்கப்படும் எருமைகள் மக்களால் நோய் மற்றும் கஷ்ட நேரங்களில் நேர்ந்துகொள்ளப்பட்டு ஊருக்குள் எந்தக் கட்டுப்பாடும் இல்லாமல் திரிகின்றன. அவை தொந்தரவு செய்ய ஆரம்பிக்கும் போது மக்கள் அம்மனிடம் சென்று பலி கொடுக்க உத்தரவு கேட்கின்றனர்.

இந்த எருமைகள் எல்லாம் கோயிலுக்குக் கொண்டு வரப்பட்டு, கள்ளர் சாதியைச் சேர்ந்த ஒருவரால் வெட்டப்பட்டுப் பலி கொடுக்கப் படுகின்றன. அவற்றின் ரத்தத்தை வைத்து எந்தச் சடங்கும் செய்யப் படுவதில்லை. பலி கொடுக்கும்போது அம்மன் சிலைக்கு ஒரு திரை போடப்படுகிறது. ஆனால் உற்சவ அம்மன் சிலை, சிங்க வாகனத்தில், வெளியே எடுத்து வரப்பட்டு, பலி கொடுக்கும் இடத்திற்கு அருகில் உள்ள ஒரு கல் மண்டபத்தில் வைக்கப்படுகிறது. இங்கே திரை ஏதும் போடப்படுவதில்லை. வெட்டப்பட்ட எருமைகள் எல்லாம் ஒரு பெரிய குழியில் போடப்படுகின்றன. எல்லா எருமைகளும் வெட்டப்பட்ட பின் தூபம், கற்பூரம் காட்டப்பட்டு, பழம், தேங்காய் படைக்கப்பட்டு, இந்தக் குழி மண் போட்டு மூடப்படுகிறது. பழைய சடங்குகளுக்கும், புதிய பிராமண வழிகளுக்கும் இடையேயான ஒரு நடுப்பாதையாக இது இருக்கிறது.

இன்னொரு கிராமத்தில், இந்தப் பிராமண வழிமுறைகளின் தாக்கத்தால், மதுரை காளி அம்மனுக்கு மிருக பலிகளே கொடுக்கப் படுவதில்லை. அருகே மூன்று மைல் தொலைவில், குன்று ஒன்றின் மீதுள்ள பெரியண்ண சுவாமிக்கு மட்டும் இந்தப் பலி கொடுக்கப்படுகிறது. அங்கும் பூசாரிகள், இப்போதெல்லாம் பலி கொடுப்பவர்கள் தாங்களே தலையையும், உடலையும் கொண்டு போய் விடுகிறார்கள் என்றும் பலி மிருகத்தின் தலை பூசாரிக்கு உரியது என்பதை மறந்து விட்டார்கள் என்றும் வருத்தப்பட்டார்கள். இன்னொரு கிராமத்தில், இருபது வருடங்களுக்கு முன் எருமைப்பலி கொடுக்கப்பட்டதாகவும், இப்போது நின்றுவிட்டதாகவும் தெரிவித்தனர். எந்த அம்மனுக்குக் கொடுக்கப்பட்டது என்ற விபரம் யாருக்கும் தெரியவில்லை.

புள்ளம்பாடி, திருச்சி

திருச்சி மாவட்டத்தில் இருக்கும் புள்ளம்பாடி கிராமத்தில் உள்ள மதுரை காளி கோயிலில் வேதத்தைப் பின்பற்றும் சனாதனப் பழக்கங்களே உள்ளன என்று என்னிடம் கூறினர். எனவே எல்லா

மிருக பலிகளும், மதுரை வீரனுக்கும், கருப்புக்கும் நடை பெறுகின்றன. அப்போது மதுரை காளியின் முன் ஒரு திரை போடப்படுகிறது. இந்தக் கோயிலின் பூசாரி இவற்றின் ரத்தத்தை ஒரு மண் பானையில் சோற்றுடன் கலந்து, உருண்டைகளாகப் பிடித்துக்கொள்கிறார். அதன் பின் கருப்பு அல்லது மதுரை வீரனின் அருள் இறங்கிய பானையை எடுத்துக்கொண்டு கோயிலைச் சுற்றி ஓடுகிறார். அப்போது ஒவ்வொரு மூலையிலும் இந்த உருண்டையை மேலே தூக்கி எறிகின்றனர். அதை மதுரை வீரன் அல்லது கருப்பு எடுத்துக் கொள்வார்கள் என்றும், இந்த உருண்டைகள் கீழே விழுவதில்லை என்றும் நம்பப்படுகிறது. இந்தக் கிராம முன்சீப் – ஒரு படித்த மனிதர் – என்னிடம் இது உண்மை என்றும், இருட்டில் நடக்கும் இதை அவர் தன் கண்களால் பார்த்திருப்பதாகவும் கூறினார்.

வல்லம், தஞ்சாவூர் மாவட்டம்

தஞ்சாவூர் மாவட்டத்தில் காளியம்மனும், பிடாரியும் இருக்கும் சில கிராமங்களில் எருமைப்பலி கொடுக்கப்படுகிறது. வல்லத்தில் இந்தப் பலி மிகவும் கட்டுப்பாட்டுடன் நடத்தப்படுகிறது. இந்தக் கோயிலின் சூத்திர பூசாரி ஒரு மாதத்திற்கு ஒருவேளை மட்டும், பாலும் பழங்களும் சாப்பிட்டு, பலியின் அன்று வலது மணிக்கட்டில் காப்புக் கட்டி, பலி கொடுக்க அருவாளை எடுக்கிறார். அம்மன் அருள் இருந்தாலே அவரால் பலி கொடுக்கமுடியும் என்று நம்புகின்றனர். ஒரே முறையிலோ, இரண்டு அல்லது மூன்று முறையிலோ, பலியின் தலையை வெட்டுகிறார்.

ரத்தம் வைத்து எந்தச் சடங்கும் செய்வதில்லை. பலி கொடுக்கப்பட்ட தலையும், உடலும் அருகே ஒரு குழியில் போடப்படுகிறது. இந்த எருமையின் சாணி, நீருடன் கலக்கப்பட்டு அம்மனுக்கு அபிஷேகம் செய்யப்படுகிறது. சில தமிழ் கிராமங்களில், எருமையின் குடலானது பூசாரியின் கழுத்தில் போடப்பட்டு, அதன் ஈரலை அவர் வாயில் கடித்துக்கொண்டு ஊர்வலம் வருகிறார். அப்போது அரிசியும், ரத்தமும் கிராமம் முழுவதும் தெளிக்கப்பட்டு, சில சமயங்களில் அதன் குடல், அரிசியுடன் சமைக்கப்பட்டு அம்மனுக்குப் படைக்கப்படுகிறது. இன்னொரு கிராமத்தில், இந்த ஊர்வலம் ஊரைச் சுற்றி வந்து, இறுதியில் ஊர் இடுகாட்டிற்கு வந்து, அங்கு பூசாரியின் கழுத்தில் இருந்து குடலும், ஈரலும், குழம்புடன் கொஞ்சம் சோறும் வைக்கப்படுகிறது. அங்கிருக்கும் சில கீழ்ச் சாதி மக்களால் அது உண்ணப்படுகிறது. இந்தப் பயங்கரமான ஊர்வலங்கள் தெலுங்கு நாட்டில் போலன்றி, எருமைப்பலிகளுடன் எல்லா நேரமும் சம்பந்தப்பட்டு இருப்பதில்லை.

இன்னொரு கிராமத்தில் ஒரு குட்டி ஆட்டை அதன் தாயின் பாலில் கொதிக்க வைப்பதைவிட மோசமான ஒரு பழக்கத்தைப் பார்த்தேன். இங்கு அங்காளம்மனுக்கு ஒரு பன்றி பலி கொடுக்கப்படும்போது, அதன் கழுத்து மெதுவாக அறுக்கப்பட்டு, அதன் ரத்தம் சோற்றில் கலக்கப்படுகிறது. இந்தச் சோறு அந்தப் பன்றிக்கே உண்ணக் கொடுக்கப்படுகிறது. இதைப் பன்றி சாப்பிட்டுவிட்டால் அது நல்ல சகுனமாகக் கருதுவார்கள். இதன் பின் ஒரு சூத்திர பூசாரியால் தலை வெட்டப்படுகிறது. இன்னமும் சில கிராமங்களில், அங்காளம்மனுக்கு இந்தப் பன்றியின் ரத்தம் சோற்றுடன் படைக்கப்பட்டு, பிறகு அதை ஊர் இடுகாட்டில் கொண்டுபோய் அந்தச் சோறு அங்கிருக்கும் தீய ஆவிகளுக்காக மேலே எறியப் படுகிறது.

புதுக்கோட்டை, திருச்சி மாவட்டம்

பலி கொடுக்கப்படும் மிருகங்களின் ரத்தத்தை வைத்துச் செய்யப்படும் சடங்குகளில், புதுக்கோட்டை தாலுக்காவில் உள்ள சில கிராமங்களில் இருக்கும் சில பழக்கங்கள் சுவாரஸ்யமானவை. இங்கு உணவிற்காக மிருகங்கள் கொல்லப்பட்டாலும், அவற்றின் ரத்தத்தை ஒரு துணியில் நனைத்துக் கூரையில் செருகி வைத்திருப்பார்கள். இது மிருக உணவைச் சாப்பிடுவது ஒரு மத சம்பந்தமான சடங்காக இருந்ததன் எச்சமாக இருக்கலாம்.

புள்ளம்பாடி, திருச்சி மாவட்டம்

இந்தக் கிராம தெய்வ வழிபாட்டில் ஒரு நடைமுறைப் பயனுள்ள பழக்கத்தை இங்கிருக்கும் சடங்கில் பார்க்கலாம். புள்ளம்பாடியில் உள்ள குலந்தாளம்மன் கோயில் திருவிழாவைப் பற்றி மேலே பார்த்தோம். கடன் கொடுத்தவரால் கடனை வசூலிக்க முடியாத போது, அவர் அந்தக் கடனைப்பற்றிய விஷயங்களை ஒரு பனை ஓலையில் எழுதி, அதைக் கோயிலில் இருக்கும் ஓர் ஈட்டியில் செருகி வைத்துவிடுவார். அதுபோலவே கடன் வாங்கியவரும் தன் பக்கத்து நியாயத்தை இது போலவே ஓர் ஓலையில் எழுதி அதே ஈட்டியில் செருகி விடுவார். யாருடைய பக்கம் நியாயம் இல்லையோ, அவருக்கு நோயோ, கெட்ட கனவுகளோ வந்து துன்புறுவார். அதன் பின் அவர் பணத்தைக் கொண்டுவந்து கோயில் பூசாரியிடம் கொடுத்துவிடுவார். ஏப்ரல் அல்லது மே மாதங்களில் நடக்கும் கோயில் திருவிழாவின்போது கோயிலுக்குச் சேரவேண்டிய பணத்தை எடுத்துக்கொண்டு மீதியைத் திரும்பக் கொடுத்துவிடுவார். ஒரு வருடத்திற்குப் பத்துக் கடனாளிகள் இதுபோன்று இந்தக்

கோயிலில் தங்கள் கடன் பிரச்னைகளைத் தீர்த்துக் கொள்கின்றனர். கடந்த முப்பது வருடங்களில் கோயில் மூவாயிரம் ரூபாய்களை இதன் மூலம் வருமானமாகப் பெற்றுள்ளது. அதற்கு முன் கோயிலுக்கு வந்து தங்கள் பக்கத்து நியாயத்தைச் சொல்வார்கள் என்றும், முப்பது வருடங்களாகவே இந்தப் பனை ஓலையில் எழுதுவது நடக்கிறது என்றும் சொல்கின்றனர். நியாயமான விஷயங்களில் இது நம் நீதிமன்றங்களைவிட நன்றாகவே செயல்படுகிறது. பொதுவாக எல்லாவற்றிலும் நடைமுறைக்குப் பயனுள்ள விஷயங்களை நோக்கும் நம் பிரிட்டிஷ் மனங்களுக்குக் கிராம தெய்வ வழிபாட்டில் உள்ள இந்த விஷயம் உவப்பாகவே இருக்கும்.

அத்தியாயம் – 7

தென்னிந்தியக் கிராம தெய்வங்களின் நாட்டுப்புறக் கதைகள்

கிராமத்தெய்வங்களைப் பற்றிய சில நாட்டுப்புறக் கதைகளைத் தெரிந்து கொள்வது மக்களின் மதம் பற்றிய நம்பிக்கைகளைப் பற்றியும், இந்தத் தெய்வங்களின் தொன்மை பற்றியும், கிராம தெய்வ வழிபாட்டிற்கும், இன்றைய முக்கியக் கடவுள்களான சிவன், விஷ்ணுவின் வழிபாட்டிற்கும் நடந்த போராட்டங்கள் பற்றியும் அறிந்து கொள்ள உதவும். அது மட்டுமல்லாது இந்தக் கிராம தெய்வ வழிபாட்டைப் பின்னாளில் பிராமண மதக் கடவுள்களுடன் இணைக்க நடந்த முயற்சிகளையும் அறிந்துகொள்ளலாம்.

பெரும்பாலான இந்தக் கதைகள் நம்ப முடியாத வகையிலும், இந்தியர்களுக்கே உரித்தான மிகைப்படுத்தப்பட்ட நிலையிலும் இருக்கின்றன. சில கதைகள் மிகப் பழமையான ஒரு நிகழ்வின் நிழல்களைக் காட்டுகின்றன. இங்கு நடக்கும் சடங்குகளை ஒட்டியே பெரும்பாலான கதைகள் சொல்லப்படுகின்றன. அந்தச் சடங்குகளின் உண்மை அர்த்தம் கால ஓட்டத்தில் மறக்கப்பட்டு விட்டதாகவே தெரிகிறது. இந்த முதல் கதை ஓர் அரண்மனை சார்ந்தும், ஒரு பாதிக்கப்பட்ட பெண் தெய்வமாவதும், ஒரு பழங்கால மதச் சடங்கின் நினைவுகளின் மிச்சமாகவும் இருக்கிறது.

மீனாட்சியம்மன், மதுரை

பாண்டிய மன்னர்கள் ஆண்டு வந்த பழைய நாட்களில் ஒரு கொடுமையான, சமயப்பற்று இல்லாத, பாண்டியன் என்னும் மன்னன் ஆண்டு வந்தான். அவனுடைய செருக்கினால் துணிந்து

மீனாட்சியம்மனின் கோயிலை மூடிவிட்டான். இதனால் கோபமுற்ற மீனாட்சி அவனைப் பழிவாங்க வேண்டி, ஒரு குழந்தையாக அவதரித்தாள். குழந்தை வேண்டி இருந்த பாண்டியன், ஒருநாள் அரண்மனையில் இந்தக் குழந்தை கிடப்பதைப் பார்த்தான். அந்தக் குழந்தையின் கையில் இருந்த வளை, அவனது மனைவியினுடைய வளையின் அச்சாக இருந்தது. அவளை எடுத்து வளர்க்க ஆசைப்பட்டாலும், அரண்மனை சோதிடர்கள் அந்தக் குழந்தை அவனுக்குப் பெரும் தீங்கு ஏற்படுத்தும் என்று சொல்லவே, ஒரு கூடையில் வைத்து அந்த குழந்தையை ஆற்றில் விட்டுவிட்டான். ஓர் வணிகர் அந்த பெண் குழந்தையை எடுத்து கண்ணகி என்று பெயரிட்டு வளர்க்கலானார்.

இதே நேரத்தில் சிவபெருமானும் காவிரிப்பூம்பட்டினத்தில் ஒரு வணிகராக அவதரித்தார். இந்தப் பெண்ணின் பிறப்பைப் பற்றிக் கேள்வியுற்று அவளை மணந்துகொண்டார். சில காலம் கழித்து, தன் செல்வம் எல்லாம் இழந்தும் போனார். எனவே கண்ணகியின் சொல் கேளாமல், அவளின் வளையை எடுத்துக்கொண்டு மதுரைக்கு அதை விற்கச் சென்றார். அதே நேரத்தில் ராணியின் வளையும் காணாமல் போனது. எனவே அரசியின் வளையைத் திருடியதாக அவன் கைது செய்யப்பட்டு, சிரச்சேதம் செய்யப்பட்டான். மதுரை வந்த கண்ணகி, நடந்ததெல்லாம் கேள்வியுற்று, துர்கை வடிவம் எடுத்து பாண்டியனை வதைத்தாள். அன்றிலிருந்து மக்கள் அவளை வழிபட்டு வருகின்றனர்.

மதுரை வீரன்

இந்தக் கதையே இப்போது மதுரை வீரன்பற்றி தென்னிந்தியாவில் சொல்லப்படுவதாகும். மதுரை வீரன் சில நூறு வருடங்களுக்கு முன் நாயக்கர் மன்னனின் படைவீரனாக இருந்தான். அப்போது அவன் அரசரின் மகளின் மீது காதல் கொண்டு, தன் பதவி முதல் எல்லாவற்றையும் இழந்து, அவளுடன் சென்று வாழலானான். அவர்கள் இறந்த பிறகு மதுரை வீரனும், அரசரின் மகளும் தெய்வமாக வணங்கப்படுகின்றனர். மதுரை வீரன், அழகிரிசாமி கோயிலில், பதினெட்டாம் படி கருப்பன் என்ற பெயரிலும் வழிபடப்படுகிறார்.

இந்தக் கோயில் இந்தியாவில் உள்ள பணக்காரக் கோயில்களில் ஒன்று. இங்கு ஓரிடத்தில் பதினெட்டு படிகள் இருக்கின்றன. இவற்றில் ஒன்பது சன்னதியின் ஒரு பக்கத்திற்கும், இன்னொரு ஒன்பது அதன் மறு பக்கத்திற்கும் இட்டுச் செல்கிறது. இந்தச்

சன்னதியில் இருபது அடி உயரத்தில் கருப்பனின் சிலை உள்ளது. கண்கள் மட்டும் விரிந்த குடை அளவில் இருக்கிறது. இந்தக் கருப்பனின் சிலையைச் சுற்றி முழுவதும் ஈட்டிகள், துப்பாக்கி மற்றும் வேறு ஆயுதங்களால் சூழப்பட்டு இருக்கிறது. இவை இந்தக் கடவுளுக்கு நேர்ந்து கொண்டவர்கள் செலுத்தியது ஆகும். இந்தக் கோயிலைச் சேர்ந்த பொக்கிஷ அறை, தினமும் பூட்டப்பட்டு அதன் சாவி, கருப்பனின் சிலை முன் வைக்கப்பட்டு விடுகிறது. இது திருடர்களுக்கு விடப்படும் அழைப்பைப்போல் இருந்தாலும், கருப்பனின் முன் இருக்கும் சாவியை எடுப்பதற்கு யாருக்கும் துணிவு வந்ததில்லை.

இந்தப் பதினெட்டுப் படிகள்பற்றி ஒரு கதை சொல்லப்படுகிறது. சில நூறு வருடங்களுக்கு முன், பதினெட்டு மாயாவிகள் (மந்திர வாதிகள்), அழகரின் சன்னதிக்கு வந்து, அந்தச் சன்னதியின் புனிதத்தின் சாரத்தை ஒரு மரப் பெட்டியில் பூட்டி எடுத்துச் செல்ல முடிவு செய்திருந்தனர். இதை அறிந்த அழகர், ஒரு சிறுவனின் உருவம் கொண்டு, மன்னனிடம் சென்று இதைத் தெரிவித்தார். இந்த மாயாவிகள் நெற்றியில் கரும் மை வைத்துக்கொண்டு தங்களை யாருக்கும் தெரியாமல் செய்யும் மாயம் தெரிந்தவர்கள் என்றும் சொன்னார். (இந்தக் கரும் மை, வீட்டிற்கு மூத்த குழந்தையின் மண்டை ஓட்டுடன், வேறு சிலவற்றைச் சேர்த்து அரைத்துச் செய்வதாகும். எனவே வீட்டின் மூத்த குழந்தை இறந்தால், மக்கள் யாரும் அறியாமல் தங்கள் வீட்டின் பின் புறமே புதைத்துவிடும் பழக்கம் இருக்கிறது. மந்திரவாதிகள் அவற்றின் தலையை எடுத்துச் செல்லாமல் இருக்கவே இந்த ஏற்பாடு.)

மன்னன் ராமானுஜரிடம் ஆலோசனை கேட்டான். அவர் கோயில் கதவுகளை அடைத்துவிட்டு, கோயிலின் முற்றத்தில் கொதிக்கும் அரிசிக்கூழை கீழே ஊற்றும்படியாகக் கூறினார். இந்தக் கூழில் இருந்து எழும் ஆவியால், அந்த கரும் மை அழிந்து விடும் என்றும் கூறினார். இதுபோலவே செய்யவும், அந்த மாயாவிகளின் உருவம் வெளிப்பட்டது. படைவீரர்களால் அவர்கள் கைது செய்யப்பட்டு, மரணதண்டனை கொடுக்கப்பட்டது.

இந்த மாயாவிகள் ஒவ்வொருவரும், பதினெட்டாம் படியின் ஒவ்வொரு படியின் கீழும் புதைக்கப்பட்டுள்ளதாக நம்பப்படுகிறது. இந்தப் பதினெட்டுப் படிகளின் மேல், கருப்பன், பொய் சொல்பவர்களுக்கும், திருடர்களுக்கும் சிம்ம சொப்பனமாக நின்று கொண்டிருக்கிறார். மதுரை மாவட்டத்தில் பல தகராறுகளும் தீர்வுக்காகக் கருப்பனிடம் வருகின்றன. கருப்பனின் முன் சத்தியம்

கூறி ஒருவன் சொல்லிவிட்டால், அது உண்மை என்று ஏற்றுக் கொள்ளப்படுகிறது. கருப்பனின் முன் தைரியமாக யாரும் பொய் சொல்ல முடியாது என்று நம்பப்படுகிறது.

பெரியம்மையின் கடவுளான மாரியம்மனைப் பற்றிய பல கதைகளில் இது ஒன்று.

ஏழு மகா முனிவர்களில் ஒருவரான பிருகு முனிவரின் மனைவி நாகவல்லி. இவள் தன் அழகிற்கும், ஒழுக்கத்திற்கும் பெயர் பெற்றவள். ஒருமுறை பிருகு முனிவர் வெளியே சென்றிருந்த நேரம், மும்மூர்த்திகளும் அவரின் இடத்திற்கு, நாகவல்லியின் அழகையும், ஒழுக்கத்தையும் நேரில் காண வந்தனர். அவர்கள் யார் என்று தெரியாத நாகவல்லி, அவர்களைத் தொந்தரவாக நினைத்து, அவர்கள் மூவரையும் மூன்று குழந்தைகளாக மாற்றிவிட்டாள். இதனால் கோபமுற்ற அவர்கள், அவளின் அழகு நீங்கும்படியாகவும், அவள் முகத்தில் முத்துக்களுடன் (பெரியம்மை போல்) இருக்கும்படியும் சாபம் இட்டனர். பிருகு முனிவர் திரும்பி வந்தவுடன், அவளைத் துரத்திவிட்டு, அவள் ஓர் அரக்கியாகப் பிறந்து, மக்களுக்கு அவளைப் போலவே முத்துக்கள் தோன்றும்படி நோயைக் கொடுக்கும்படியும் சபித்தார். அவளின் இந்த மாற்றத்தினால், அவளுக்கு 'மாரி' என்றும் பெயரிட்டார். அவ்வாறு துரத்தப்பட்டபோது, அவளை ஒரு வண்ணாத்தி அன்புடன் பார்த்துக் கொண்டதன் காரணமாக, அவளுக்கு உப்பை என்றும் ஒரு பெயர் உள்ளது (உப்பை என்பது வண்ணார்களின் சூளை). மைசூரில் 'மாரி' என்ற பெயருக்கு எனக்கு முற்றும் வேறான ஒரு விளக்கமும் கொடுக்கப்பட்டது.

மாரியம்மனைப் பற்றிய இன்னொரு கதையில், அவள் பறையர் சாதியைச் சேர்ந்த தமிழ்க் கவிஞரான திருவள்ளுவரின் மனைவி என்றும், அவளுக்குப் பெரியம்மை வந்தபோது, அவள் வீடு வீடாகச் சென்று பிச்சை எடுத்தாள் என்றும், அப்போது வேப்பிலைகளைக் கொண்டு, அந்த முத்துக்களின் மீதமரும் ஈக்களை ஓட்டினாள் என்கின்றனர். அவள் பெரியம்மையில் இருந்து சரியானவுடன் மக்கள் அவளைப் பெரியம்மையின் கடவுளாகவே வணங்கி, பெரியம்மையை வராமல் தடுக்க, தங்கள் வீடுகளின் முன் வேப்பிலைகள் கட்டித் தொங்கவிடுகிறார்கள்.

மாரியம்மனைப் பற்றிய இந்தக் கதை எனக்கு ஓர் இந்திய கிறிஸ்துவரால் சொல்லப்பட்டது. அவருக்கு அவரது இந்து தந்தை இதைச் சொன்னதாகக் கூறினார். இந்தக் கதையின்படி, மாரியம்மா

விஷ்ணுவின் அவதாரங்களில் ஒருவரான பரசுராமனின் தாயும், மகா முனிவர்களில் ஒருவரான ஜமதக்னியின் மனைவியும் ஆவார். அவரின் ஒழுக்கம் எந்த அளவில் என்றால், அவரால் எந்தப் பாத்திரமும் இல்லாமல் நீரைச் சுமந்து வர முடியும். அவரின் நனைந்த ஆடைகளும் தானாகவே மேலே பறந்து காற்றில் காயும்வரை இருந்துவிட்டு வரும். ஒருமுறை இவ்வாறு நீர் கொண்டு வரும்போது, வானில் சில கந்தர்வர்கள் பறப்பதை நீரின் பிரதிபலிப்பில் கண்டார். அந்தக் கந்தர்வர்களின் அழகை ஒரு கணம் ரசித்தார். அவரின் ஒழுக்கத்தின் பால் விழுந்த இந்தச் சிறு கறையால், கையில் இருந்த நீர் கீழே விழுந்தது. துணி காயாமல் அவர் மேல் விழுந்தது. நீரின்றி, நனைந்த கோலத்தில் மனைவியைப் பார்த்த ஜமதக்னி முனிவர் இது எதனால் என்று அறிந்துகொண்டார். தன் மகனைக் கூப்பிட்டு, அவரது அன்னையை ஒரு காட்டிற்குள் அழைத்துச் சென்று, தலையை வெட்டிவிடுமாறு ஆணையிட்டார்.

அன்னையை அழைத்துக்கொண்டு காட்டிற்குள் நுழைந்தார் பரசுராமர். அங்கு மாரியம்மா ஒரு பறையர் பெண்ணைப் பார்த்து, தன்னிரக்கம் கொண்டு அவளை அணைத்துக்கொள்ள, பரசுராமர் இருவரின் தலையையும் வெட்டிவிட்டுத் தன் தந்தையிடம் திரும்பினார். தனது உத்தரவை நிறைவேற்றிய பரசுராமரின் கீழ்ப்படிதலுக்குத் தான் எந்தப் பரிசும் தருவதாக ஜமதக்னி கூறினார். பரசுராமர் தன் அன்னையை உயிர்ப்பித்துத் தர வேண்டினார்.

ஜமதக்னி முனிவர் சிறிது நீரும், ஒரு தண்டமும் கொடுத்து, தலையையும் உடலையும் ஒன்று சேர்த்து, நீரைத் தெளித்து, தண்டத்தால் தட்டினால் உயிர் திரும்ப வரும் என்று கூறினார். மகிழ்ச்சியில் பரசுராமர், தன் அன்னையின் தலையைப் பறையர் பெண்ணின் உடலிலும், பறையர் பெண்ணின் தலையைத் தன் அன்னையின் உடலிலும் பொருத்திவிட்டார்.

அன்றிலிருந்து பிராமணப் பெண்ணின் தலையும், பறையர் பெண்ணின் உடலும் உடையவள் மாரியம்மா என்றும், பறையர் பெண்ணின் தலையும், பிராமணப் பெண்ணின் உடலும் உடையவள் எல்லம்மா என்றும் அழைக்கப்படுகின்றனர். எல்லம்மாவிற்கு எருமைப்பலி கொடுக்கப்படுகிறது. மாரியம்மாவிற்கு ஆடுகளும், கோழிகளும் மட்டுமே பலி கொடுக்கப்படுகின்றன.

இந்தச் சுவாரசியமானக் கதையை, ஆரியர்கள் முதலில் தென்னிந்தியாவிற்கு வந்தபோது ஆரிய மதமும், திராவிட மதமும் இணைந்ததன் அடையாளமாகப் பார்க்கலாம். பிராமணத் தலையுடன் இருக்கும் பறையர் என்பது சிவ வழிபாட்டின் விவரணையாகவும்,

பறையர் தலையுடன் இருக்கும் பிராமணர் என்பது திராவிட தெய்வங்கள், பிராமணியத் தாக்கத்தால் மாறுபாடு அடைந்ததையும் குறிக்கலாம். பறையர் தலையுடன் இருக்கும் தெய்வத்திற்கு எருமைப்பலி கொடுக்கப்படுவது, எருமைப்பலி திராவிட மதத்தின் எச்சமாகவும், எருமை என்பது பறையர்களின் குலமரபாகவும் இருப்பதை உணர்த்தலாம்.

எருமைப்பலி

பறையர்கள் இந்தக் கிராம தெய்வச் சடங்குகளில் முக்கிய பங்கு வகிப்பதுபற்றிய பல கதைகளில் இந்த விசித்திரமான கதை, பல வடிவங்களில் தெலுங்கு நாட்டில் சொல்லப்பட்டு வருகிறது. பழங்காலத்தில், கிழக்கில் இருக்கும் ஒரு கிராமத்தில் ஒரு கர்ணம் (கிராம கணக்குப் பார்ப்பவர்) வாழ்ந்து வந்தார். அவர் கண் தெரியாதவர்; அவருக்கு ஒரு மகள் மட்டும் இருந்தாள். வேதங்கள் கற்றுணர்ந்த ஒரு பறையர் அந்தக் கிராமத்திற்கு வந்து சேர்ந்தார். அந்தக் கிராமத்தில் இருந்த அனைவரும் அவரை பிராமணர் என்றே கருதி, அந்தக் கர்ணத்தின் பெண்ணை அந்தப் பறையருக்கே திருமணம் செய்துவிட்டனர். அந்த வயதான கர்ணத்தின் காலத்திற்குப் பிறகு இவரே கர்ணமாக வருவார் என்றும் நினைத்திருந்தனர்.

கர்ணத்தின் மகளும் பல ஆண், பெண் பிள்ளைகளைப் பெற்றாள். சிறிது காலம் கழித்து, அந்தப் பறையரின் ஊரில் இருந்து வந்த ஒருவர் இவரை பறையர் என்று அடையாளம் கண்டுகொண்டார். ஆனால் ஊரில் அவரின் மதிப்பைக் கருதி யாரிடமும் எதுவும் சொல்லாமல் தன் ஊர் திரும்பினார். அங்கு அந்தப் பறையரின் வயதான தாயார் வாழ்ந்து வந்தார். அந்தத் தாயாருக்கு இவர் ஒரே மகனாகியதால், அவளும் உடனே கிளம்பி இந்தக் கிராமத்தின் சாதி மக்கள் கிணற்றின் அருகே வந்து அமர்ந்துகொண்டாள். அப்போது அங்கு வந்த அந்தப் பறையர் அவளை அடையாளம் கண்டுகொண்டு, அவளின் தலையை மொட்டை அடித்து ஒரு பிராமண விதவை போலாக்கி, தன் மனைவியிடம், அது தன் தாய் என்றும், அவளுக்குப் பேசவராது என்றும் கூறினார். தன் தாயிடமும், அவள் யாரிடமும் பேசக் கூடாது என்று சொல்லிவிட்டார்.

இவ்வாறு இருக்கையில் ஒருநாள் அவரின் மனைவி தன் மாமியாருக்காக சவிகை என்னும் பண்டம் செய்திருந்தாள் (சவிகை என்பது கோதுமை மாவில், சர்க்கரை சேர்த்து, நீண்ட இழையாகச் செய்வது). மகனுடன் சாப்பிடும்போது, அந்த அம்மா தான்

பேசக்கூடாது என்பதை மறந்து, தன் மகனிடம் சவிகை என்றால் என்ன என்றும், அது குடல்போல இருக்கிறது என்றும் கூறினாள். இதை உள்ளிருந்து கேட்ட மனைவி, பிராமணப் பண்டமான சவிகைபற்றி பிராமணப் பெண்ணான தனது மாமியாருக்கு எப்படித் தெரியவில்லை என்றும், மேலும் மாமியார் பேசியது கேட்டும் சந்தேகம் கொண்டாள். அதன் பின் அவர்களின் நடத்தையைக் கூர்மையாகக் கவனித்து, அவர்கள் கீழ் சாதியினர் என்று தெரிந்து கொண்டாள்.

ஒரு நாள் தன் பிள்ளைகளைப் பள்ளிக்கு அனுப்பிவிட்டு, கணவரும், மாமியாரும் வீட்டில் இல்லாத நேரம், தன்னை வீட்டிற்குள் அடைத்துக்கொண்டு, வீட்டிற்குத் தீ வைத்துக்கொண்டாள். இவ்வாறு தான் அறியாது செய்த பாவத்திற்கு விமோசனம் செய்துவிட்டு, ஊருக்கு நடுவில் தெய்வ ரூபமாகத் தோன்றி, தன்னை ஒரு பறையருக்குத் திருமணம் செய்துகொடுத்து ஊர் மக்கள் பெரும் பாவம் செய்துவிட்டார்கள் என்றும், எனவே, தான் அவர்களைப் பழிவாங்கப் போவதாகவும் கூறினாள்.

கிராமத்தினர் அவளிடம் மன்னிப்புக் கேட்டு அவளைச் சாந்தப்படுத்த எதுவும் செய்யத் தயார் என்று கூறினார்கள். அதற்கு அவள் கிராம மக்களை மன்னித்து, தான் அவர்களின் கிராம தெய்வமாக இருப்பதாகவும், தன்னை வணங்கி வர வேண்டும் என்றும் கூறினாள். மேலும் தான் வீட்டில் நெருப்பு வைப்பதற்கு முன், தன் கணவனைத் தன் முன் கொண்டுவந்து, அவனின் தலையை வெட்டி, அந்தத் தலையின் வாயில், அவனது காலைக் குறுக்காக வைத்து, வயிற்றில் இருந்து கொழுப்பை எடுத்து, நெற்றியில் வைத்து, அதில் ஒரு விளக்கையும் ஏற்றுவதாகச் சபதம் எடுத்ததாகக் கூறினாள். (இந்தப் பகுதி எருமைப்பலியின்போது நடக்கும் சடங்குகளை ஒத்து இருக்கிறது. அந்தச் சடங்கின் உண்மையான அர்த்தம் காலப் போக்கில் மறைந்து விட்டாலும், இந்தக் கதை அதை விளக்க முற்படுகிறது).

உடனே அந்தக் கிராமத்தினர் சென்று அந்தப் பறையரைப் பிடித்து வந்து, அவரை நிர்வாணமாக்கி, ஊர்வலமாகக் கிராமத்தைச் சுற்றிவந்து, அவளின் முன், அவரின் தலையைத் துண்டித்து, அவள் சொன்னதுபோல காலையும், கொழுப்பையும் வைத்தனர். அப்போது அவளுடைய குழந்தைகள் அங்கு வந்து அந்தக் கிராம மக்களையும், அதிகாரிகளையும் கடுமையாகத் திட்டி, தங்கள் தாயாரின் மரணத்திற்கு அவர்களே காரணம் என்று கூறினார்கள். அப்போது அந்தத் தெய்வம் அவர்களை அன்புடன் பார்த்து, என்றுமே அவர்கள்

தன் பிள்ளைகள் என்றும், அவர்கள் இல்லாமல் எந்த வழிபாடும் தனக்கு நடக்கக்கூடாது என்றும் கட்டளையிட்டாள். இன்றைய ஆசாடிகள் தங்களை இந்தப் பிள்ளைகளின் வழித்தோன்றல்களாக எண்ணுகின்றனர். திருவிழாவின்போது தங்கள் பாடல்களில் கிராமத்தினரையும், அதிகாரிகளையும் திட்டுவதற்கான உரிமை அவர்களுக்குத் தரப்பட்டுள்ளது. தலை துண்டித்தவுடன், அந்தக் கணவன் எருமையாக மறுபிறவி எடுக்க, அதன் காரணமாகவே, ஊரம்மா என்னும் இந்தக் கிராம தேவதைக்கு எருமைப்பலி கொடுக்கப்படுகிறது.

ஒரு சோகக் கதை.

இந்த எருமைப்பலி போன்ற சடங்குகள், பகலில் பார்த்தாலே பயங்கரமாக இருப்பவை. இரவில் அந்த மாய இசை, மணிகளின் சத்தம், மக்களின் அலறல் இவற்றுடன் பார்க்கும்போது அதன் பயங்கரம் யாரையும் அசைத்துப் பார்த்துவிடும். அதுவும் இதுபற்றி தெரியாத ஒருவருக்கு முதல் முறை பார்ப்பது என்பது ஓர் அமானுஷ்ய இரவாகி விடும். ஒருமுறை இதுபோன்ற ஒரு நபர், இந்தச் சடங்குகள்பற்றி எதுவும் தெரியாதவர், ஒருநாள் இரவில் வீட்டிற்குத் திரும்பி வந்துகொண்டிருக்கிறார்.

அப்போது வழி தவறி, அருகில் இருந்த கிராம தேவதை கோயிலின் அருகே சென்றுவிடுகிறார். அப்போது யாரோ இருட்டில் முனகும் சத்தம் கேட்கிறது. அந்தக் கோயிலின் உள்ளே யாருக்கோ ஏதோ தீங்கு நடைபெறுகிறது என்றும், அந்தத் தீங்கில் இருந்து காப்பாற்ற வேண்டியும் கோயிலின் அருகே சென்று சுவரின் மீது எட்டிப் பார்க்கிறார். அங்கே ஓர் அழகான, மேல் சாதிப் பெண் குனிந்து வணங்கும் முறையில், அசையாமல் இருப்பதைப் பார்க்கிறார். அவளைக் காப்பாற்ற வேண்டும் என்ற உந்துதலில் சுவரை ஏறிக் குதித்து உள்ளே செல்கிறார். அந்தப் பெண்ணை உயிரற்ற ஓர் உடல் என்று எண்ணி அவளைத் தொட்டுத் தூக்கத் தன் கைகளை நீட்டுகிறார்.

அப்போது மின்னல்போல ஒரு விசித்திர உருவம், கால் வரை நீண்ட தாடியுடன், நிர்வாணமாக, தலையில் ஜடா முடியுடன், ஒரு கையில் நீண்ட வாளுடனும், இன்னொரு கையில் வேப்பிலையுடனும், இருட்டின் மூலையில் இருந்து வருகிறது. நமது கதாநாயகரைப் பார்த்த அந்தத் தாடி உருவம், அங்கிருந்து அவரைப் போகச்சொல்லி சைகை செய்கிறது. நம் கதாநாயகரும் அங்கிருந்து தப்பித்தால் போதும் என்று மீண்டும் சுவர் தாண்டி வந்து விட்டார்.

அங்கு ரோந்து சென்றுகொண்டிருந்த ஒரு காவலரை நிறுத்தி, தான் கண்ட காட்சிகளைக் கூறி, அந்தக் கோயிலில் அந்த நேரத்தில் அந்தப் பெண்ணின் நிலை என்ன என்றும், அந்த தாடி உருவம் அங்கு என்ன செய்கிறது என்றும் கேட்கிறார். காவலர் என்ன நடக்கிறது என்று கூறுகிறார். அந்தப் பெண்மணி ஒரு கௌரவமான இந்து குடும்பத்தைச் சேர்ந்தவர். பிள்ளைப் பேறு இல்லாதவர். அந்தக் கிராம தேவதை பலருக்கும் பிள்ளை வரம் தந்திருப்பதால், தன் வீட்டு மூத்தவர்கள் சொல்படி, தனக்கு ஓர் ஆண் குழந்தை தரும்படியும், தன் கணவரின் கோபத்தில் இருந்து காப்பாற்றும்படியும் வேண்டிக் கொள்ளவே அவள் வந்துள்ளாள். நம் கதாநாயகரை பயமுறுத்திய அந்தத் தாடி உருவம் அந்தக் கோயிலின் பூசாரியே.

இந்துக்களிடையே தீய ஆவிகள் சில சமயங்களில் பெண்களைப் பிள்ளைப் பேறில்லாமல் ஆக்கிவிடும் என்று ஒரு நம்பிக்கை இருக்கிறது. சில பேய்களைச் சாந்தப்படுத்த பூஜை , பலிகள் கொடுக்கவேண்டும். சில பேய்களோ, மிரட்டினால் மட்டுமே அந்தப் பெண்ணை விட்டு ஓடும். இந்த விஷயத்தில், அந்தப் பேய் இரண்டாவது ரகம். எனவே பூசாரி, அந்தப் பெண்ணைப் பிடித்து ஆட்டிக் கொண்டிருக்கும் அந்தப் பேயை விரட்டவே அந்தப் பயங்கர வேடத்தில் வந்திருக்கிறார்.

அப்போது அந்தப் பெண் இன்னொரு பயங்கரமான அலறலைக் கொடுக்கிறாள். உடனே பூசாரி, மிரட்டலான குரலில், பேய் ஓடிவிட்டதா என்று கேட்கிறார். ஒரு பதிலும் வரவில்லை. எனவே தன் வாளை உயர்த்தி சில மந்திரங்களைச் சொல்லி அந்தப் பெண்ணை வேப்பிலையால் அடிக்கிறார். பின் அந்தப் பெண்ணை எழுப்பி அம்மனின் முன் நிற்க வைத்து, அம்மனைக் கும்பிடச் சொல்கிறார். அந்தப் பெண்ணும் அவ்வாறே செய்கிறார். அம்மனுக்கு அந்தப் பேயை விரட்ட உதவியதற்காக நன்றி சொல்லிவிட்டு, அந்தப் பெண்ணைத் திரும்ப அனுப்பி விடுகிறார். அந்தப் பெண்ணும் கோயிலைவிட்டு, இந்த பேய் ஓட்டுதல் கொடுத்த களைப்புடன் வீடு சென்று சேர்கிறாள். நமது கதாநாயகர் இந்துக்களின் (மூட) நம்பிக்கைகளில் ஒன்றை, அதன் பயங்கர பின் சூழ்நிலைகளுடன் – இரவு, நீண்ட நிழல்கள், கோயில் விளக்கின் மினுக்கு, அமைதி, அந்தப் பெண்ணின் முனகல் – பார்த்துப் பயந்தும், வியந்தும் போகிறார்.

இதுபோன்றே, கோயில்களில் வழிபாடு நடைபெறும்போது, சிலருக்கு அருள் வருவதும். இவர்களின் மீது அம்மனின் அருள் இறங்குவதாகச் சொல்லி, தங்களின் கண்கள் விரிய, மூக்குகள்

புடைக்க இவர்கள் நடனம் ஆடுவதும் நடக்கும். அப்போது இவர்களைச் சிலர் பிடித்துக் கொள்ள, இவர்கள் சுற்றி இருப்பவர் களுக்குக் கடவுளின் குரலாக, குறி சொல்வார்கள். சிலர் இதை வைத்துக்கொண்டு சுற்றி இருப்பவர்களை ஏமாற்றுவதும் உண்டு.

கோனியம்மன் கதை

கோயம்புத்தூர் மாவட்டத்தில் உள்ள கோனியம்மன் கதை, ஒரு மலைவாசி குடும்பத்தின் தெய்வம் எப்படி அந்த ஊரின் முக்கிய தெய்வமானது என்ற கதையாகும்.

கோயம்புத்தூர் இப்போது ஊராக இருப்பதற்கு முன், காடுகளாக இருந்தது. அந்தக் காடுகளில் மலைசார் என்ற ஆதிவாசிகள் வாழ்ந்து வந்தனர். அவர்களில் ஒருவனான கோயன் என்பவன், அங்கு கோயனம்மா என்ற தேவதையை வணங்கி வந்தான். இந்த தேவதையின் பெயர் முதலில் கோவையம்மா என்றும், பின் கோனியம்மா என்றும் மாறியது. சிறிது காலத்தில் மலைசார் மக்களின் கடவுளாகி, ஒரு கோயிலும் கட்டப்பட்டது.

மாதே ராஜா என்ற மன்னன், இந்த இடத்தின் வளத்தைப் பார்த்து, தன் மக்களை இங்குக் கொண்டுவந்து குடி அமர்த்தினான். மெல்ல மெல்ல விரிவடைந்த இந்த ஊரார் அனைவருக்கும் கோனியம்மனே கடவுளானாள். பல நூறு வருடங்களுக்குப் பின், மைசூர் புலி திப்பு சுல்தான் இந்த ஊரைக் கடக்கும் போது இந்தக் கோயிலை இடித்து, அம்மன் சிலையையும் உடைத்து விட்டான். இதற்குப் பின், இந்த அம்மனின் புகழ் இன்னமும் பரவியது. உடைக்கப்பட்ட சிலையின் தலை கொண்டுவரப்பட்டு, ஒரு புதிய கோயில் கட்டப்பட்டது.

இப்போது இந்த மாவட்டம் முழுதும் புகழ் பெற்ற கடவுளாகத் திகழ்ந்தாள் கோனியம்மா. கோனியம்மன் ஓர் அரக்கனைக் கொன்றதாகவும், அப்போது ஓர் எருமை உருவில் அவனுடன் சண்டை இட்டதாகவும், அதனாலேயே அவள் தெய்வமாகக் கும்பிடப்படுவதாகவும் தெரிகிறது. இந்த அம்மன் ஒரு சாந்தமான கடவுளாகவும், அனைவருக்கும் நன்மை செய்பவளாகவும் நம்பப் படுகிறாள். கோயம்புத்தூரில் மட்டுமே இந்த அம்மன் வணங்கப் படுகிறாள்.

சவடம்மாவின் கதை

இந்தத் தொன்மக் கதைகள், இந்த நிலத்தில் 'ராட்சதர்கள்' என்றும், அரக்கர்கள் என்றும் சொல்லப்பட்ட ஆதி வாசிகளுக்கும், இங்குக்

குடியேற வந்தவர்களுக்குமான மோதல்களின் கதைகளாக இருக்கின்றன. கோயம்புத்தூர் மாவட்டத்தின் நெசவுக் குடும்பங்களின் கடவுளான சவடம்மாவின் கதை இதை எடுத்துக் காட்டுகிறது.

ஒருமுறை மனிதர்களுக்கும், ராட்சதர்களுக்கும் நடந்த மோதலில், மனிதர்கள் தோல்வியுற, அவர்கள் சிவபெருமானிடம் உதவி கேட்டனர். அவர் தன் மனைவியான பார்வதியின் அவதாரத்தை அவர்களுடன் அனுப்பி வைத்தார். பின் நடந்த போரில், பார்வதி அவர்களை வெற்றிபெறச் செய்தார். நெசவாளர்கள் இந்தப் போரில் முன்னின்று போரிட்டதால், பார்வதி தேவியின் இந்த அவதாரமே அவர்களின் குல தெய்வமாயிற்று. ‘சேடர் அம்மா’ என்று நெசவாளர்களின் இன்னொரு பெயரால் அழைக்கப்பட்டு, காலப்போக்கில் அதுவே ‘சவடம்மா’ ஆனது. இந்த அம்மனின் வீடு வட இந்தியாவில், இமய மலை அருகே இருப்பதாக நம்புகின்றனர்.

கன்னிகா பரமேசுவரி

இதுபோலவே, இன்னொரு குறிப்பிட்ட சாதியினரால் மட்டுமே வணங்கப்படும் தெய்வம் கன்னிகா பரமேசுவரி ஆகும். இந்தக் கடவுள், வியாபாரிகளான கோமட்டி சாதியினரால் வழிபடப் படுகிறாள். இந்தக் கதை வருமாறு – கோமட்டி சாதியினருக்கும், மிலேச்சர்களுக்கும் ஒரு காலத்தில் கடுமையான போர் நடந்து வந்தது.

கோமட்டி சாதியினர் தோல்வியுற ஆரம்பிக்கவே, அவர்கள் பார்வதியிடம் உதவி கேட்டனர். அப்போது பார்வதி, கோமட்டி சாதியில் ஓர் அழகான சிறுமியாகப் பிறந்திருந்தாள். மிலேச்சர்கள் அந்தப் பெண்ணை தங்களில் ஒருவனுக்குத் திருமணம் செய்யச் சொல்லிக் கேட்கவே, அது இன்னமும் தீவிரமான போரில் முடிந்தது. இப்போது கோமட்டியினர் சிவனின் அருளால், அந்தப் போரில் வெற்றிபெற்றனர். ஆனால் பார்வதியின்மீது சந்தேகமுற்று அவளைத் தீயில் இறங்கச் சொன்னார்கள். பார்வதியும் (சிறுமியாக) தீயில் இறங்கினாள். அப்படியே பார்வதியாக மாறி, சிவனைச் சென்றடைந்தாள். அதற்கு முன் தன்னை வணங்கி வந்தால் அவர்கள் சாதியை வளமாக வைப்பதாகச் சொல்லிச் சென்றாள்.

இந்தக் கதைகளில் இருந்து பிராமணத் தாக்கம் அதிகம் உள்ள தமிழ்நாட்டில், கிராம தேவதைகளை இந்து மதத்தின் பெருங் கடவுள்களுடன் இணைக்க முயல்வதைக் காணலாம்.

தென்னிந்தியாவில் பெரும் பாலும் வணங்கப்படும் சிவனுடன் இந்தக் கடவுள்கள் கதைகள் இணைக்கப்படுகின்றன. தஞ்சாவூர் மாவட்டத்தில் இருக்கும் ஏழு கன்னியர், சிவனின் மனைவியான பார்வதியின் அம்சங்களாகக் கருதப்படுகின்றனர்.

தற்கொலை மூலம் பழிவாங்குதல்

ஐதராபாத் மாநிலத்தின் வாரங்கல் தாலுகாவில் மனிதர்கள் தங்கள் கழுத்தை அறுத்துக்கொள்வது போன்ற சிற்பங்களை நிறையக் காணலாம். ஒரு காலத்தில் ஒரு மன்னன், உட்டர் சாதி (குழி தோண்டுபவர்கள்) ஆண்களிடம் ஒரு பெரிய குளம் வெட்டித் தந்தால், தான் அவர்களுக்குத் தங்கத்தால் சன்மானம் கொடுப்பதாகச் சொன்னான். குளத்தை வெட்டிவிட்டுப் போனபோது சன்மானம் வெள்ளியில் தந்தான். சோகமாகத் திரும்பிய அவர்கள், சில நாட்கள் கழித்து, அந்த மன்னன் முன் வந்து, தங்கள் கழுத்தை அறுத்துக் கொண்டார்கள். அதன் மூலம் அந்த மன்னனை ஆவிகளாக வந்து பழிவாங்கியதாகச் சொல்கிறார்கள். அன்றிலிருந்து அவர்கள் வழிபடப்பட்டு வருகிறார்கள். இதுபோன்ற பழிவாங்குதல் கதைகளை இந்தியாவில் பல இடங்களில் கேள்விப்படுகிறேன். இப்போதும் இதுபோன்ற பழி வாங்குதல் நடைபெறுவதாகத் தெரிகிறது.

படுகர்களின் பசவன்னா

நீலகிரி மலையில் படுகர்களிடையே சொல்லப்படும் இந்தக் கதை, ஒரு சாதாரண விஷயம் எப்படி அதிசயங்களாகவும், குறியீடு களாகவும் மாறுகின்றன என்பதைக் காட்டுகிறது. ஊட்டியில் இருந்து பத்து மைல் தொலைவில் கட்டேரி கிராமம் இருக்கிறது. இப்போது கட்டேரி நீர்வீழ்ச்சியில் இருந்து மின்சாரம் எடுக்கப்பட்டு, அங்கிருக்கும் வெடி மருந்துத் தொழிற்சாலை இயங்கி வருகிறது. இந்தக் கதை நடப்பது மின்சாரமோ, வெடி மருந்தோ இல்லாத காலத்தில்.

முகமதியர்கள் மைசூரில் ஆண்ட காலத்தில், கட்டேரி கிராமத்தைச் சேர்ந்த ஒருவர், அவர்களுக்குக் கப்பம் செலுத்த மலையில் இருந்து கீழே சென்றார். அங்கே ஓர் ஆற்றின் கரையில் ஒரு லிங்கத்திற்குப் பூஜை செய்தபோது, அந்த ஆற்றின் கரையில் காளை போன்ற உருவத்தில் ஒரு கல்லைப் பார்த்தார். தன் குழந்தைகளுக்கு விளையாடக் கொடுக்கலாம் என்று அதைத் தன் பையில் போட்டுக் கொண்டார். வீடு திரும்பிய பிறகு அதைப்பற்றி மறந்தும் போனார்.

மறுநாள் திரும்பவும் கட்டேரி அருகே ஓர் ஆற்றில் பூஜை செய்யப் போனபோது அந்தக் கல்லைப் பார்த்தார். அதைக் கரையில் வைத்துவிட்டுப் பூஜை செய்துவிட்டுத் திரும்ப வந்தால், அந்தக் கல் அங்கிருக்கவில்லை. அடுத்தநாள் திரும்பவும் அந்த ஆற்றிற்கு வந்தபோது, அந்தக் கல் உயிருள்ள ஒரு காளையாக மாறியிருந்தது.

அந்தக் காளை இப்போது அருகிலிருந்த நடுகட்டி என்ற கிராமத்திற்குச் சென்று, அங்கிருந்த இன்னொரு காளையுடன் சண்டையிட ஆரம்பித்தது. இதைப் பார்த்த அந்த இன்னொரு காளையின் சொந்தக்காரர், இந்தக் காளையைக் கொன்றுவிட்டார். கொன்றவுடன் இந்த மனிதர் தலைகீழாக, தலை தரையில் படும்படியாக நிற்க ஆரம்பித்துவிட்டார். அவரால் நகரவும் முடியவில்லை. அப்போது கட்டேரி கிராமத்தைச் சேர்ந்தவர், அங்கே வந்து அந்தக் காளை ஒரு கடவுள் என்றும், தான் அந்தக் கல்லைக் கண்ட கதையையும் சொன்னார். இதைக் கேட்ட கிராமத்தினர் பயந்து போனார்கள்.

கட்டேரி கிராமவாசி தன் குடிசைக்குத் திரும்பியவுடன், அந்தக் காளை கல் திரும்பவும் தன் குடிசையில் இருப்பதைப் பார்த்தான். அதன் ஒரு கொம்பு உடைந்தும், ஓர் ஈட்டிக் காயமும் இப்போது இருந்தது. கிராம பூசாரி, இந்தக் காளைக்குத் தினமும் பாலூற்றி வர வேண்டும் என்று சொல்லி விட்டார். அவனும் தினமும் பூஜையும், பாலும் ஊற்றி வந்தான். சில நாட்கள் கழித்து, இதை நிறுத்தி விட்டான். அந்தக் கல் மீண்டும் ஒரு பெரிய காளையாக மாறி, அந்தக் குடிசைக்குள் யாரையும் நுழைய விடவில்லை. கிராமத்தினர் அந்தக் குடிசையின் கூரையில் ஏறி, அதைப் பிரித்து, பாலை ஊற்றினார்கள். உடனே, அந்தக் காளை திரும்பவும் கல்லானது. இதன் பிறகு, தினமும் பூஜையும், பாலும் அந்தக் கிராமத்தினரால் தினமும் கொடுக்கப் படுகிறது. இந்தக் கடவுளின் பெயர் பசவன்னாவாகும்.

நம்ப முடியாத அளவிற்கு இருப்பதாகத் தோன்றினாலும், கட்டேரி படுகர்களுக்கும், அதன் பக்கத்துக் கிராமத்துப் படுகர்களுக்கும் இது ஓர் அசைக்க முடியாத உண்மையாகும். படுகர் இனத்தில் இருந்து மெட்ராஸ் பல்கலைக்கழகத்தில் முதலில் படித்துத் தேறிய ஒருவரே எனக்கு இந்தக் கதையைக் கூறியது.

படுகர்களின் மகாலிங்கம்

இன்னொரு கதை சாதாரணமாகத் தோன்றினாலும், படுகர்களின் சடங்குகள் சிலவற்றை விளக்குகிறது. ஒரு பசு, கன்று ஈன்றது. ஆனாலும் கன்றிற்குப் பால் கொடுக்காமல் தினமும் அருகில் இருந்த

காட்டிற்குச் சென்று கொண்டிருந்தது. இதைக் கண்ட பசுவின் சொந்தக்காரர் ஒரு நாள் பசுவைத் தொடர்ந்து காட்டிற்குச் சென்றார். அங்கு, பசு ஒரு கல் உருவத்திற்குத் தன் மடியில் இருந்து பால் சொரிவதைக் கண்டார். ஒரு மண்வெட்டியைக் கொண்டுவந்து அந்த உருவத்தைச் சுற்றி வெட்ட ஆரம்பித்தார். ஆனால் அதன் அடியைக் காண முடியவில்லை. மேலும், அந்தக் கல்லின் மீது மண்வெட்டி படும் போதெல்லாம் ரத்தம் துளிர்த்தது.

இதைக் கிராமத்தில் போய் சொல்லி, இப்போது அங்கு அந்தக் கிராமத்தினர் ஒரு கோயில் கட்டி உள்ளனர். இதுவே மகாலிங்கமாக வழிபடப்படும் அந்தக் கடவுளின் கதையாகும்.

பரங்கநாடின் ஹத்தை

ஆண்களோ, பெண்களோ அசாதாரணமான முறையில் மரணத்தைத் தழுவும்போது அவர்கள் கடவுளாக வழிபடப்படுவது தென்னிந்தியா முழுவதும் உள்ள பழக்கமாகும். ஹத்தையின் (ஹத்தை என்றால் பாட்டி என்று பொருளாகும்) வழிபாடும் அவ்வாறானதே.

ஒரு நூறு வருடங்களுக்கு முன், நீலகிரியின் பரங்கநாடில் ஒருவர் அவரது மகளுக்கு மாப்பிள்ளை பார்த்திருந்தார். அந்தப் பெண்ணிற்கு அந்தத் திருமணத்தில் விருப்பமில்லை. எனவே ஒருநாள், ஊர் குளத்திற்குச் சென்று ஒரு மரத்தடியில் அமர்ந்திருந்து விட்டு, குளித்து, பின் அந்தக் குளத்திலேயே மூழ்கி இறந்து போனாள்.

சில நாள் கழித்து பரங்கநாட்டில் ஒருவர் தனது கனவில் அந்தப் பெண் வந்ததாகவும், தான் பார்வதியின் அம்சம், எனவே தன்னைக் கும்பிட்டு வரவேண்டும் என்று கூறியதாகவும் சொன்னார்.

இந்தக் கதை இந்தியா முழுவதும் இருக்கும் தெய்வங்களின் கதையை ஒத்தே இருக்கிறது. மேலும் இந்தக் கிராம தெய்வங்கள் எப்படிப் பிராமணர்களின் தெய்வங்களோடு ஒன்றிணைக்கப்பட்டனர் என்றும் காட்டுகிறது. பெரும்பாலானோர் சிவபெருமானின் மனைவியாகவோ அல்லது அவரது மனைவியின் அம்சமாகவோ ஆக்கப்பட்டு, இந்தப் பெருந்தெய்வங்களோடு இணைக்கப்பட்டனர்.

அம்மவாரு அல்லது அங்கம்மா

மெட்ராசிற்கு வடக்கே, கிழக்கு கடற்கரை ஓரத்தில், ஒரு பூசாரியிடம் இருந்து, இப்போது அங்கம்மா என்று வழிபடப்படும் அம்மவாருவின் கதையைக் கொண்ட ஒரு பனை ஓலைச் சுவடியைப்

பெற்றேன். இந்தக் கதை ஆசாடிகளால் வருடத் திருவிழாக்களில் பாடப்படுகிறது.

இது ஒரு விசித்திரமான தகவல்களைக் கொண்ட கதை. இதில் பிரம்மா, விஷ்ணு மற்றும் சிவன் எப்படிப் பிறந்தார்கள் என்பது போன்ற வினோதமான கதைகளும் உண்டு. ஒருவிதத்தில், பிராமணர்கள் எப்படி இந்தக் கிராம தெய்வ வழிபாட்டை, தங்கள் கடவுள்களின் வழிபாட்டை வைத்து மாற்ற முனைந்தார்கள் என்றும், பின் ஒரு கொள்ளை நோயோ அல்லது வேறு அழிவுகள் மூலம் இந்த வழிபாடு எப்படி மீண்டு வந்தது என்பதான கதையாகவும் இருக்கலாம். இந்தப் பழைய தெய்வங்களின் இடங்களை புதுத் தெய்வங்கள் எடுத்துக்கொண்டிருக்கும் நேரத்தில், ஒரு காலராவோ, பெரியம்மையோ கிராம தெய்வங்களை திரும்பவும் வழிபாட்டுக்குக் கொண்டுவந்து, முன்னிலும் பெரிய அளவில் இந்தக் கதையில் சொல்வதுபோன்ற புராணத்தையும் தோற்றுவித்திருக்கும். அம்மவாருவின் பழைமையைப்பற்றிச் சொல்வதோடு இந்தக் கதை ஆரம்பிக்கிறது.

'நான்கு யுகங்களும் தோன்றுவதற்கு முன், ஒன்பது பிராமணர்கள் பிறப்பதற்கு முன், ஊர்களில் தூக்கம் வருவதற்கு முன், யுகங்களில் நேரம் என்பது இல்லாமல் இருந்தபோது, மகேஸ்வரனின் பிறப்பிற்கு முன், வானமும், மின்னலும் தோன்றுவதற்கு முன், கௌதம புத்தரும், பிற முனிவர்களும் பிறப்பதற்கு முன், சத்தியசாகரம் (உண்மையின் கடல்) தோன்றுவதற்கு முன், நீர் நிலைகள் எல்லாம் உண்டாவதற்கு முன்னர், நகரங்களும், கிராமங்களும் இல்லாமல், பாதைகள் ஏதும் இல்லாதபோது, உலகம் பிறப்பதற்கும் முந்தைய காலத்தில், கிணறுகளில் மீன்கள் தங்கள் எச்சிலால் அசுத்தப்படுத்துவதற்கும் முன்னர், நர யாக அம்மவாரு (இந்தக் கடவுள் மனிதப் பலி கொடுத்து வணங்கப்பட்டாள். நர யாகம் – மனித பலி) தோன்றுவதற்கும் முன், அம்மவாரு தோன்றினாள். பாற்கடலில், அம்மவாரு மூன்று யுகங்களில், ஒவ்வொரு யுகத்திற்கும் ஒன்றாக, மூன்று முட்டைகளை இட்டாள். முதல் முட்டை கெட்டுப்போனது. இரண்டாவதில் காற்று மட்டுமே இருந்தது. மூன்றாவது மட்டுமே பொரிந்தது. இந்த முட்டையில் மூன்று பாகங்கள் இருந்தன. அவற்றில் இருந்து மும்மூர்த்திகள் – பிரம்மா, விஷ்ணு, சிவன் – வெளிவந்தனர். இந்த முட்டையின் கீழ் பாகம் பூமியாகவும், மேல்பாகம் ஆகாயமாகவும் ஆனது. விஷ்ணுவின் அவதாரமான மன்னனுக்கு வெண்ணெய்யும், பிரம்மாவிற்கு மஞ்சளும் உண்ணத் தரப்பட்டது. சிவனுக்கு

அம்மவாரு பால் தந்தார். அவர்கள் வளர, வளர, அவர்களின் நெற்றியில் மதச்சின்னங்களையும், அவர்கள் வாழ மூன்று நகரங்களையும் அம்மவாரு கட்டித் தந்தாள். நான்காவதாக, தனக்கும் ஒரு நகரைக் கட்டிக் கொண்டாள்.'

இந்தக் கதை இன்றைய இந்து மதத்திற்கும், பண்டைய கிராம தேவதை வழிபாட்டிற்கும் இருக்கும் தொடர்பை எடுத்துச் சொல்கிறது. ஆரியர்களின் வருகைக்கு முந்தைய மதங்களின் துணையோடு, பிராமணர்கள் புத்தத்தை வென்றார்கள். இது இந்தக் கதையில் ஒரு கிராம தேவதையின் முட்டையில் இருந்து பிரம்மா, விஷ்ணு மற்றும் சிவன் வந்தார்கள் என்றும், அவர்களுக்கு அவள் நகரங்கள் கட்டிக் கொடுத்தாள் என்று சொல்வதில் இருந்து தெரிந்துகொள்ளலாம்.

'அம்மவாரு, தன்னுடைய நகரத்தைப் பாதுகாக்க பல அரண்களை எழுப்பினாள். அதைச் சுற்றி பித்தளை, வெண்கலம் மற்றும் தங்கத்தாலான சுவர்கள் எழுப்பப்பட்டன. பல ஆயிரம் ஆவிகள் அந்த நகரின் வாயில்களில் காவலுக்கு நின்றன. அவற்றுடன் நாவிதர், வண்ணார் மற்றும் குயவர்களும் இருந்தனர். கிராமத்தில் எளிய தொழில் புரியும் இவர்கள் இங்கு என்ன செய்கிறார்கள் என்று தோன்றலாம். ஆனால் இந்தக் கிராம தேவதைகளுக்குச் செய்யப்படும் பலிகளில் இவர்களே முக்கிய பொறுப்புகளை வகிக்கின்றனர்.

சிறிது காலம் கழித்து, பிரம்மா, விஷ்ணு, சிவன் ஆகியோர் தன்னை வணங்குவதில்லை என்று அம்மவாரு கேள்விப்படுகிறார். சிவபெருமான் ஒருநாள் தன் வேலையாள் ஒருவனை அழைத்து, ஏன் மக்கள் அம்மவாரு வழிபாட்டைச் செய்வதில்லை என்று கேட்கிறார். அவன் பதிலாக, மக்கள் இப்போது சிவனை வணங்கத் தொடங்கிவிட்டார்கள் என்றான். இதைக் கேட்டு மகிழ்ந்த சிவன், அவனை அம்மவாருவின் நகருக்குச் சென்று, அம்மவாருவை ஏசும்படிச் சொன்னார். அவனும் அவ்வாறே செய்ய, அம்மவாரு சிவனின் நகரை அழிக்க முடிவு செய்தார். கடுங்கோபத்தில் இருந்த அம்மவாரு, தனது 'மீசையை முறுக்கிக்கொண்டு', மஞ்சள் ஆடை அணிந்து, செம்பு ஆபரணங்கள், வெள்ளி ஒட்டியாணம், தங்க கிரீடம் அணிந்து, ஒரு கையில் மானும், இன்னொரு கையில் சங்கும், மூன்றாவது கையில் ஓர் உடுக்கையும் ஏந்தி, ஒரு பாம்பைத் தன் உடலின் குறுக்கே பூணூலாக அணிந்து கொண்டாள். (சிவன் ஒரு மானைக் கையில் கொண்டும், டமரு என்ற உடுக்கையுடனும், கழுத்தில் பாம்புடனும் இருப்பார். சங்கு விஷ்ணுவின்

அடையாளம்.) இந்த உடையுடன் ஒரு தர்பார் நடத்தி, மும்மூர்த்திகளும் தன் பூஜையைச் செய்யாமல் இருப்பதாகவும், தன்னையும் அவமானப்படுத்தியதாகவும் கூறினார்.

இதற்குப் பின், அங்கிருந்து சிவனின் நகரான தேவகிரி நோக்கி ஒரு நரியின் மீது அமர்ந்து, ஆயுதங்களும், பல்லக்குகளும் கூட வரப் புறப்பட்டாள். பேரிகைகள் முழங்க, தேவகிரியை முற்றுகை இட்டாள். பல மிருகங்களுடன் அம்மவாரு கங்கா – பவானி என்ற பெரிய கோட்டையை நிர்மாணம் செய்தாள். இந்த முற்றுகையை நடத்த ஒரு முனிவரையும் வரவழைத்தாள். இந்த முனிவர், ஏழு ருத்ராக்ஷங்களைத் தரையில் வைத்து, அதன் மேல் ஏழு பத்ராக்ஷிகளை வைத்தார். (பத்ராக்ஷி என்பது கண்களை போன்று இருக்கும் மணிகள்) அவரின் மீது ஊசிகளை நட்டு, அதன் மீது திருநீறினால் செய்த உருண்டைகளை வைத்தார். அந்த உருண்டைகள் மீது எக்குக் கம்பிகளை வைத்து அதன் மீது இன்னொரு ருத்ராக்ஷம் வைக்கப்பட்டது. அந்த முனிவர் இந்த ருத்ராக்ஷம் மீது தன் தலையை வைத்து, தலைகீழாக நின்றார். அவர் மீது பறவைகள் கூடு கட்டின; பூச்சிகளும், தேனீக்களும் அவரது மூக்கிற்குள் சென்றன; செடி, கொடிகள் அவரைச் சுற்றி வளர்ந்தன; பாம்புகள் அவரது அக்குளில் வசிக்கலாயின. யாரிடமும் பேசாமல் அவர் மௌனமாக இருந்தார்.

இதனால் என்னவாயிற்று என்பது சொல்லப்படவில்லை. ஆனால் இதன் மூலமாக அம்மவாரு முன்னோக்கி நகர்ந்தாள். அம்மவாருவின் சகோதரி, மக்களைப் பாதையில் இருந்து விலகியும், அம்மவாருவின் நூறு சக்திகள் பாதுகாப்புடனும் முன்னேறி வந்தாள். தேவகிரியில் ஒரு பன்னிரண்டு தலை பாம்பு தன் உடலால் சுற்றிவளைத்து, அதன் தலைகளை வாயிலை நோக்கி வைத்து விஷத்தைக் கக்கியது. இப்போது கோட்டைகள் கட்டப்பட்டன; அம்மவாரு தான் அமர்ந்திருந்த நரியில் இருந்து இறங்கி, ஒரு சிம்மாசனத்தில் அமர்ந்தார். மேளங்கள் அடிக்க, ஒரு குதிரை அவள் முன் கொண்டு வரப்பட்டது. வானம் உலக்கையாக, பூமி கலவையானது. இவ்வாறு பிரபஞ்சத்தை அசைத்து விட்டு, அம்மவாரு ஊமைகளைக்கொண்டு தன் பெருமையைப் பாடச் செய்து, பல இடங்களில் தனது வழிபாட்டை நடத்தச் செய்தாள். இவ்வாறு தேவகிரி வந்து சேர்ந்தாள்.

அம்மவாருவின் இந்தச் சக்தியினால் அனைவரும் தோல்வியைக் கண்டனர். பிரம்மா, சிவன், விஷ்ணுவின் தலைகள், இன்னமும் ஏழு மன்னர்களின் தலைகளோடு கொய்யப்பட்டன. பின்னர் அவர்களின் தலைகள் திரும்பவும் உடலோடு ஒட்டவைக்கப்பட்டது. குயவனின்

சூளைபோல ஒரு மன்னன் சிம்மாசனம் கொதிக்க ஆரம்பித்தது. தன்னை வணங்க மறுத்த அந்த நகரின் மக்களைத் தண்டித்துவிட்டு, அம்மவாரு மேலும் நான்கு மன்னர்களை நோக்கிப் படை எடுத்தாள். தேவகிரியின் வெளியே உக்கிரமான போர் நடந்தது.

அம்மவாரு பல குதிரைகளையும், யானைகளையும் கொன்றார். ஒரு மன்னன் 'அம்புகளால் குத்தப்பட்டது போன்ற ஒரு வலியைத் தன் நெஞ்சில் கொண்டு இறந்தான்.' இரண்டாவது மன்னன், மூன்றாமவனைத் தன் வாளால் குத்த, இருவரும் இறந்தனர். எல்லோரும் தோற்கடிக்கப்பட்டு, இறந்தவுடன், அம்மவாரு அனைவருக்கும் திரும்பவும் உயிர் கொடுக்க, அவர்கள் அம்மவாருவை வணங்க ஆரம்பித்தனர். ஒரு வருடத்திற்குப் பிறகு, திரும்பவும் மேளங்கள் முழங்க, தன் படையுடன் ஒரு புளிய மரத்திற்கு வந்த அம்மவாரு அங்கே ஏழு கடியாக்கள் (ஒரு கடியா - 24 நிமிடங்கள்) தூங்கினாள்.

இன்னும் ஒன்பது மன்னர்கள் தன்னை வணங்குவதில்லை என்றும், அவர்கள் விஷ்ணுவின் சின்னங்களை அழித்துவிட்டு, சிவனை வணங்குகின்றனர் என்றும் தெரிந்து திரும்பவும் தேவகிரியை அழிக்கக் கிளம்பினாள். பின்னர் ஒரு கிழவிபோல வேடமிட்டு, ஒரு கூடையில் சில பச்சிலைகளையும், பழங்களும் எடுத்துக்கொண்டு, தேவகிரி வாயிலுக்கு வந்தாள். அங்கே அந்தக் கூடையைத் தன் தலையில் வைக்க உதவாத காவலாளியை மயக்கமடையச் செய்து விட்டு, கூடையைத் தலையில் வைத்துக்கொண்டு, நான்கு அரக்கர்களும், பச்சை தாடியுடன் பத்து ஆயிரம் கோடி மனிதரும், சிவப்பு தாடியுடன் ஏழு நூறு கோடி மனிதரும் காவலிருக்கும் நகரின் வாயில் வந்து சேர்ந்தாள்.

நகரத்தில் காவலர்கள் பலரும் தூங்கிக்கொண்டு இருந்தனர். அவர்களில் ஒருவனை எழுப்பி, தான் பலாவும், புளியம்பழமும் ஊரில் விற்க வேண்டும் என்றும், எனவே வாயிலைத் திறக்கவேண்டும் என்றும் கேட்டாள். அவனோ, அந்த ஊரில் இருப்பவர்கள் உண்மையான லிங்காயத்துகள் என்றும், எனவே கூடையில் பழங்களுடன் இருப்பவர்கள், பிச்சைக்காரர்கள் முதலியோர் உள்ளே அனுமதிக்கப்படுவதில்லை என்றும் கூறினான். உடனே அம்மவாரு 'கிழக்குத் தெருவில் இருக்கும் சூத்திர சகோதரிகளே! மேற்குத் தெருவில் இருக்கும் பிராமணச் சகோதரிகளே! தெற்குத் தெருவில் இருக்கும் கம்மா சகோதரிகளே! என்னிடம் பழங்களை வாங்குங்கள். இவற்றைச் சாப்பிடும் கிழவன், குமரன் ஆவான். குமரன், அழகன் ஆவான்' என்று கூவினாள்.

இதனால் கோபமுற்ற காவலாளி தன் பச்சைத்தடியால் அம்மவாருவை அடித்தான். அம்மவாரு தன் கூடையைத் தரையில் எறிந்தவுடன் ஒரு பெரும் நில நடுக்கம் உண்டானது. விஸ்வரூபம் எடுத்த அம்மவாரு ஒரு கிளியாக மாறி, காவலாளியைப் பார்த்து, 'நீ என்னைத் தெரிந்துகொள்ளவில்லை; என்னுடைய சக்தியை மறந்துவிட்டாய்; உனக்கு ஒரு பாடம் கற்பிப்பேன்' என்று சொன்னாள். இப்போது ஒரு சிவப்பும் பழுப்புமான உடை அணிந்து, லிங்காயத்துபோல் கையில் ஒரு மரப்பானையும், நெற்றியில் நீறும் இட்டு, உடலின் எல்லா பாகங்களிலும் சிவனின் சின்னங்களை அணிந்து, மணிகளும், சங்கும் முழங்க 'லிங்க – நமச்சிவாய' என்று கூறிக்கொண்டு தேவகிரியின் வாயிலைத் திரும்பவும் அடைந்தாள்.

அங்கிருந்தவர்கள் அவளைக் கண்டு வணங்கி, 'அம்மா! நீங்கள் எங்கிருந்து வருகிறீர்கள்?' என்று கேட்டனர். அம்மவாரு, 'நான் யாதபாளையத்தில் இருந்து வருகிறேன். என் பெயர் யதி – தாரி – படுச்சு. சித்தாங்கியின் நாட்டில் இருந்து வருகிறேன். எனக்கு யாரும் சொந்தங்கள் கிடையாது. கணவனும் இல்லாமல் வாழும் ஒரு மகிழ்ச்சியான பெண் நான்.' என்றார். 'எதற்காகத் தேவகிரி வந்திருக்கிறீர்கள்?' என்று கேட்க, 'கிருத யுகத்தில், பரமேசுவரன் பார்வதிக்கு அடிமையானான். இப்போது தேவகிரியில் சிவன் இருப்பதால், அவரைப் பார்த்து மரியாதை செலுத்த வந்தேன்' என்று பதில் சொன்னாள். காவலாளிகள் அந்தப் பார்வதி – சிவன் கதையைச் சொன்னால்தான் உன்னை உள்ளே விடுவோம் என்றனர். அம்மவாரு அந்தக் கதையைக் கூறினார்:

சிவ – பார்வதி திருமண நாளில், இருவரும் கைகளில் தங்க, வெள்ளி வளை அணிந்து, முத்துக்கள் அணிந்து, மாவிலைத் தோரணம் கட்டி, அவர்கள் இருவருக்கும் நடுவே ஒரு துணி கட்டப்பட்டது. பிரம்மன் தன் முகத்தை மறைத்துக்கொண்டு, பன்னிரண்டு வேதங்களும் வாசித்தான். திருமணம் நிச்சயிக்கப்பட்ட அந்த முகூர்த்தம் நல்ல நாள் இல்லை. அந்தத் தீய முகூர்த்தத்தில் பார்வதியின் கழுத்தில் சிவன் தாலியைக் கட்டினார். அதன் பின், பார்வதியின் பாதத்தில், சிவன் தன் பாதத்தை வைக்க, பார்வதி தன் பாதத்தைச் சிவனின் பாதத்தில் வைத்தார். பார்வதியின் பாதத்தின் நிழலைக் கண்ட பிரம்மா காமமுற்று, திருமணத்தைத் தடுக்க முயற்சிக்க, சிவன் கோபம்கொண்டு பிரம்மாவின் ஒரு தலையைக் கிள்ளி எடுத்து விட்டார். ஆனால் அந்தத் தலை சிவனின் கையில் ஒட்டிக்கொண்டு அசையாமல் இருந்துவிட்டது. சிவன், பிராமணர்களை அழைத்து, இது எதனால் என்று கேட்டார். அவர்களும், சிவன் செய்தது கொலை

என்றும், அதற்குப் பிரதியாக அவர் பிச்சைக்காரனாக அலைந்து திரிந்து, புண்ணியத் தலங்களான ராமேசுவரம், காசி போன்ற இடங்களுக்குச் சென்றுவிட்டு விஷ்ணுவின் மனைவியான லட்சுமியின் கையால் பிச்சை வாங்கினால், அந்தப் பாவம் தீரும் என்றனர். சிவனும் அதுபோலவே அலைந்துவிட்டு, லட்சுமியிடம் வந்து 'ஓ ஆதி லட்சுமி! பிச்சை! பிச்சை!' என்று கூப்பிட்டார்.

வேலைக்காரர்கள் பிச்சை கொண்டு வர, அதை வாங்க மறுத்து, தனக்கு லட்சுமியின் கையால் பிச்சை வேண்டும் என்றும், லட்சுமி தன் சகோதரி என்றும் கூறினார். லட்சுமியும் குளித்துவிட்டு, புதிதாகச் சமைத்த சோற்றைக் கொடுக்க, சிவனின் கையில் ஒட்டிக் கொண்டிருந்த அந்த மண்டை ஓடு கீழே விழுந்தது. விழுந்த ஓடு, சிவனைத் துரத்திக்கொண்டுபோய், தான் அவர் கையில் இருந்தே பழகிவிட்டதாகவும், எனவே தனக்கு ஒரு வழி சொல்லும்படியும் கூறியது. லட்சுமி, சிவனுக்கு ஆரத்திக் காட்டி, அந்த ஓட்டுக்குச் சோறும், குழம்பும் தர, அது ஐந்து பாகங்களாக உடைந்து போனது. கர்ப்பிணிப் பெண்கள், அடைத்து வைக்கப்பட்ட பெண்கள், குழந்தைகளை இனி பிடித்துக்கொண்டு, அதனால் வரும் வழிபாட்டையும், படையல்களையும் பெற்றுக் கொள்ளும்படிக் கூறினார்.

அம்மவாரு, தனது திருமண ஆசைபற்றி அடுத்துக் கூறினார். முதலில் விஷ்ணுவிடம் செல்ல, அவர் பிரம்மாவிடம் அனுப்பிவிட்டார். பிரம்மா, சிவனிடம் அனுப்ப, சிவன் தனக்கு ஒரு புலித்தோல், மூன்றாம் கண் மற்றும் சில வெற்றிலை கொடுத்தால், தான் திருமணம் செய்துகொள்வதாகக் கூறுகிறார். அம்மவாரு இவை அனைத்தும் குடுக்க, சிவன் தன் நெற்றிக் கண்ணைத் திறந்து அவளைச் சாம்பலாக்கினார். இதனுடன் உலகின் அனைத்துப் பெண்களும் சாம்பலாகிவிட, வருந்திய சிவன், அந்தச் சாம்பல்களைப் பிடித்து மூன்று பெண்கள் செய்து, சிவன், பிரம்மன், விஷ்ணுவின் மனைவியராக்கி விட்டார்.

இந்தக் கதையைச் சொல்லிய பிறகு, அம்மவாரு ஊருக்குள் செல்ல அனுமதி கேட்டு தன்னை ஒரு கிளியாக மாற்றிக் கொண்டாள். ஊரில் பலருக்கும் மயக்கம் வருமாறும், இன்னும் பலருக்குக் காய்ச்சல் மற்றும் பிற நோய்கள் வருமாறும் செய்தாள். அங்கிருந்த சிவன் கோயில் கோபுரத்திற்குப் பறந்து சென்று, அங்குச் சிவனை வழிபட்டுக் கொண்டிருந்த ஒன்பது பேரைப் பார்த்தாள். அவர்கள் கையில் இருந்த சிவனின் சின்னம், சூடேறி அவர்கள் கையைச் சுடவே, அதைக் கீழே போட்டுவிட்டு 'சிவபெருமானே! உனக்கு

இன்று சக்தி இல்லை; உன் மீதான எங்கள் நம்பிக்கையும் போய் விட்டது. இன்று சந்திரன் எழுவதற்குள் இந்தக் கோயில் சாம்பலாகும்' என்றனர். இதைக் கேட்ட சிவபெருமான் அவர்கள் மீது நீறு தூவி, தன் தண்டத்தால் அவர்களைத் தொட்டார். அவர்கள் எழுந்து, 'ஈஸ்வரா! எங்கள் குறைகளைக் கேள். இங்கு ஒரு பேரழிவு நிகழ்ந்துகொண்டிருக்கிறது. உன் பூஜையில் நாங்கள் நம்பிக்கை இழந்துவிட்டோம். நாங்கள் எங்கள் வீடுகளுக்குத் திரும்பவேண்டும்' என்று கேட்க, சிவன் கோபத்துடன் கோட்டை வாயிலுக்குச் சென்று, காவலர்களிடம், ஏன் புதியவர்களை ஊருக்குள் அனுமதித்தார்கள்?' என்று கேட்டார். அதற்கு தாங்கள் ஒரு வயதான பெண்மணியைத் திருப்பி அனுப்பியதாகவும், ஒரு லிங்காயத்துப் பெண்ணை மட்டும்தான் அனுமதித்ததாகவும் கூறினார்கள். சிவன் தனது சிவகணங்களில் ஒருவரை, இந்தப் பெண்ணை கண்டுபிடிக்க அனுப்பினார். அம்மவாரு இப்போது ஒரு வேலம்மா சாதிப் பெண்ணாக, பிராமணத் தெருவில் சென்றார். அந்தச் சிவகணத்தால் கண்டுபிடிக்க முடியவில்லை என்றவுடன், இன்னொரு சிவகணமும் அனுப்பப்பட்டது. இப்போது அம்மவாரு ஒரு கிளியாக மாறினார். அந்தச் சிவகணமும் 'அம்மா! என் மூதாதையரின் கடவுள் நீ. எங்கள் ஊரில் நீ லிங்காயத்தாக நுழைந்திருக்கிறாய்!' என்று கூப்பிட, அம்மவாரு எந்த உருவில் வரவேண்டும் என்று சொல்ல, அந்தக் கணம் தன் உடல் முழுதும் வலியுடன், கைகளைத் தூக்கியவாறு மேலே எழுந்து, அந்தக் கிளியைப் பிடித்து, சிவனிடம் கொண்டு வந்தான் அந்தச் சிவகணன்.

சிவன், அந்தச் சிவகணத்தைப் பாராட்டி, தன் முன் ஒரு பெண் தெய்வம் வருவது சரியல்ல என்று கூறினார். அம்மவாருவை ஒரு சூடான கண்ணாடித் தூணில் கட்டி, இரும்பு அலகு உள்ள காக்கைகளால் கொத்தப்பட உத்தரவிட்டார். ஆனால் அந்தத் தூண் குளிர்ச்சியாக மாற, அந்தக் காகங்களின் அலகுகள் கீழே விழுந்தன. இதைக் கண்ட ஒன்பது பக்தர்களும், அம்மவாருவை ஒரு பக்கமாக அடிக்க வர, அவர்களின் ஓங்கிய கைகள் அப்படியே நின்றுவிட்டன. சிவன், அம்மவாருவை ஒரு யானையின் காலில் கட்டி ஊருக்குள் இழுத்துச் செல்ல கட்டளையிட்டார். யானையோ சற்றும் அசையாது, கல்போல் நின்றுவிட்டது. இந்தத் தண்டனைகளால் அம்மவாருவின் கோபம் அதிகரித்தது.

அவர் திரும்பவும் கிளியாக மாறி, 'சிவனே! நான் யாரென்று உனக்குத் தெரியவில்லை. என்னுடைய சக்தியை நீ இப்பொழுது பார்ப்பாய். மன்னர்களே! இளவரசர்களே! என்னை வணங்குவீர்களா?' என்று

கேட்டாள். 'அம்மவாரு! நாங்கள் ஒரு பெண் தெய்வத்தை எப்போதும் வணங்க மாட்டோம். எங்கள் கைகளைத் தூக்கிக் கும்பிடமாட்டோம். எங்கள் வாய்கள் 'லிங்க – நமச்சிவாய' என்பது தவிர வேறு சொல்லாது. உன்னை வழிபடமாட்டோம்' என்று கூறினர்.

அம்மவாரு 'என்னை நீங்கள் வழிபடத் தேவையில்லை. நான் காசி – கோட்னாவின் மகள். வலம்புரியில் பிறந்தவள். தென் விரகம்போதியில் வளர்ந்தவள். உஜ்ஜயினி மாகாளி பட்டினத்தில் வாழ்ந்து வருகிறேன். தேவகிரியில் என்னை வழிபட்டு வந்தனர். இப்போது நான் வலம்புரியில் இருந்து நீங்கி, உஜ்ஜயினியில் ஆண்டு கொண்டிருக்கிறேன். இங்கே ஒன்பது சிவ நம்பிகள் என்னை வழிபட்டு வந்தனர். அவர்கள் நெற்றியில் திருமண் இடாமல், இப்போது திருநீறு இட்டுக் கொண்டிருக்கிறார்கள். சிவனைப் பஞ்சலிங்கமாக வணங்கி வருகிறார்கள். அவர்களை என்னிடம் கொடுத்து விடுங்கள். நான் இந்த ஊரை விட்டுப் போய் விடுகிறேன்' என்றாள். அவ்வாறு செய்ய முடியாது என்றால், தான் அந்த ஊரை அழிக்கப் போவதாக அம்மவாரு சொன்னாள். சிவனும் அவளை வழிபட முடியாது என்றும், என்ன வேண்டும் என்றாலும் செய்துகொள்ளலாம் என்றும் கூறினார்.

அம்மவாருவின் கோபம் அந்த ஊரின் மக்களிடம் திரும்பியது. கிழக்கில் இருந்து மேற்காக காகங்கள் பெரும் கூட்டமாகப் பறந்தன. ஒரு பெரும் காற்று எழுந்து, பேய் மழை ஏழு கடியாக்கள் பெய்தது (1 கடியா – 24 நிமிடங்கள்) மக்களுக்கு இருமல், காய்ச்சல், பெரியம்மை போன்ற கொள்ளை நோய்களும், மிருகங்களுக்கு வேறு நோய்களும் வந்தன. கர்ப்பிணிப் பெண்கள் வலியால் துடித்தனர். குழந்தைகள் தாய்ப் பால் குடிக்க முடியவில்லை. இந்த ஏழு கடியாக்களும் அந்த ஊர் பெரும் துன்பத்திற்கு உள்ளானது. தோட்டங்கள் அழிந்து, பூக்களும், செடிகளும் வெள்ளை எறும்புகளாலும், இலைகள் பூச்சிகளாலும் அழிக்கப்பட்டன. குளங்களும், கிணறுகளும் வற்றிப்போயின. பிணங்கள் வண்டிகளில் குவிக்கப்பட்டு, வடக்கு வாயில் வழியாக மயானத்திற்குப் போயின. ஐந்து இளவரசிகள் மயக்கமடைய, ஒன்பது மன்னர்கள் சிவனுக்கு எதிராகத் திரும்பினர். 'சந்திரன் எழுவதற்கு முன் உன் சிம்மாசனம் சுடட்டும்! கங்கையால் ஈரமாய் இருக்கும் உன் ஜடா முடி, ரத்தத்தால் நனையட்டும்! உன் பஞ்சலிங்கக் கோட்டை எரியட்டும்! உன் கமண்டலம் உடையட்டும்! உன் கழுத்து மணிகள் அறுந்து விழட்டும்! கங்கை உன் தலையில் இருந்து வெளியேறட்டும்! உன் மகனால் பிடிக்கப்பட்டிருக்கும் உன்

தண்டம் உடையட்டும்! உன் தங்க, வெள்ளிச் சின்னங்கள் ரத்தத்தால் குளிப்பாட்டப்படட்டும்!' என்று அலறினர்.

சிவன் வடக்கு வாயிலுக்குச் சென்று, ஒரு தங்கச் சிம்மாசனத்தில் அமர்ந்துகொண்டு, நெற்றியில் திருநீற்றுடன் இருக்கும் பிணங்களுக்கு உயிர் கொடுத்தார். அம்மவாரு சிவனை இன்னொரு சோதனைக்கு ஆளாக்க நினைத்தார். ஒரு தோட்டம் உருவாக்கி, அதில் இருக்கும் செடிகளை எல்லாம் மனிதர்கள் உருவிற்கு மாற்றி, அவர்களை ஒரு வண்டியில் இட்டு, சிவனிடம் அனுப்பினாள். சிவனும் அவர்கள்மீது, திருநீற்றை எறிந்து, தன் தண்டத்தால் தொட, அனைவரும் உயிருடன் எழுந்தனர். 'ஹரஹர' என்ற கோஷம் எழுந்தது. அவர்கள் உணவு கேட்க, சிவபெருமான் அவர்களை நாடு முழுவதும் சுற்றி வந்து பிச்சையாக உணவைப் பெற்றுக்கொண்டு இருக்கும்படிக் கூறினார்.

அம்மவாரு அங்கிருந்து குந்தலசமான் என்ற பிரம்மாவின் ஊருக்கு தன் மேளங்களுடன் சென்றார். அங்கு மிகவும் மரியாதையுடன் வரவேற்கப்பட்டு, வழிபடப்பட்டாள். இதனால் மனம் சந்தோஷப் பட்டு, தன் ஊரான உஜ்ஜயினி மகாகாளிக்குத் திரும்பினாள். பின் திரும்பவும் தேவகிரிக்கு ஒரு நூறு வயது கிழவியாகப் பழங்களை விற்கச் சென்றாள். இம்முறை யாரும் அவளைத் தடுக்கவில்லை.

மன்னர்கள் 'பழங்களின் விலை என்ன?' என்று கேட்க, அவற்றின் எடைக்குத் தங்கமே விலை என்று கூறினாள். இவ்வாறு அந்த ஒன்பது மன்னர்களும் சிவபூஜை செய்யும் நேரம், அந்த ஊரின் செல்வம் அனைத்தையும் எடுத்துக்கொண்டாள். பின் அந்த ஒன்பது மன்னர்களும் அங்காளதேவதை என்ற ஊருக்கு மேகங்களில் பறந்து வந்து அவளது தோட்ட மலர்களைத் திருட முயன்றார்கள். அப்போது அம்மவாரு அங்கு வந்து, அவர்களைப் பிடித்து, தங்கம், வெள்ளி, வைரத்தில் சிறைகள் செய்து, அதில் அவர்களைக் கழுவில் ஏற்றினாள். அவர்களின் ரத்தம் உறையாதவாறு செய்து அவர்களின் மீது ஈக்கள் மொய்க்காமல் பார்த்துக்கொண்டாள். பின் தன் வாகனமான நரியை அங்கே பாதுகாப்புக்கு நிறுத்திவிட்டு தன் எதிரிகளை வதம் செய்தாள்.

அந்தப் பனை ஓலைச்சுவடியில் இருந்த கதையை அப்படியே எந்த மாற்றமும் இல்லாமல் தந்துள்ளேன். இது ஒரு வினோதமான புராணக் கதையாக இருந்தாலும், இதன் முக்கியத்துவம் இந்தியாவில் மதங்களின் நிலையில் ஒரு மறந்து போன பக்கத்தை இது சுட்டிக் காட்டுகிறது. இந்தக் கதையின் பல மிகைகளுக்கு நடுவே தெரிவது,

ஒரு புது மதம் பழைய கிராம தெய்வ மதத்துடன் எழுந்தது, அவற்றிற்கு இடையே நடந்த மோதல்கள், மேல் சாதியினருக்குப் பெண் தெய்வ வழிபாட்டின் மேல் இருந்த ஒவ்வாமை, இந்த மோதலின் பல நிலைகள், நோய்களும், பஞ்சமும் எப்படிப் பழைய வழிபாட்டை மீட்டு எடுத்தது, சிவ வழிபாடு எப்படி வெற்றி அடைந்தது, அம்மவாருவும் வெற்றி அடைந்து, இரண்டு வழிபாடுகளும் இப்போது நடப்பது போன்ற பல விஷயங்களை இந்தக் கதை சொல்லிச் செல்கிறது.

அத்தியாயம் – 8

கிராம தெய்வ வழிபாட்டின் தோற்றம்பற்றிய கருதுகோள்கள்

கடந்த அத்தியாயங்களில் கொடுக்கப்பட்டுள்ள தென்னிந்தியாவின் கிராம தெய்வ வழிபாட்டுச் சடங்குகளும், திருவிழா வர்ணனைகளும் இந்த வழிபாடுகளின் ஒரு பங்கு மட்டுமே. ஒவ்வொரு கிராமத்திலும் வேறுபாடுகளுடன் நடக்கும் இந்தச் சடங்குகளை விரிவாக எழுத இதுபோல் பல புத்தகங்கள் எழுத வேண்டும். இந்தப் புத்தகத்தில் விவரிக்கப்பட்டுள்ள சடங்குகள், இந்து மதத்தின் இந்தப் பக்கத்தைப்பற்றித் தெரிந்துகொள்ள சிறிது உதவும் என்று நம்புகிறேன். மேலும் இந்தக் கிராம தெய்வ வழிபாடுகளுக்கும், பிராமண மத தெய்வங்களான சிவன், விஷ்ணு முதலானோரின் வழிபாடுகளுக்கும் இருக்கும் வேறுபாடுகளைப் புரிந்துகொள்ளவும், தெலுங்கு, கன்னட, தமிழ் மக்களிடையே இருக்கும் வழிப்பாட்டு வேறுபாடுகளைப் புரிந்து கொள்ளவும் உதவும்.

தென்னிந்தியாவின் 80 சதவிகித மக்களிடம் இருக்கும் இந்த நம்பிக்கைகள், இந்துமதம் வெறும் தத்துவவாதிகளின் மதம் மட்டும் அல்ல என்பதையும் அதன் எல்லா கோட்பாடுகளும் தத்துவத்தை அடிப்படையாகக் கொண்டது என்பதையும் மறுதலிப்பதாக இருக்கின்றன. இந்திய மக்களின் சிந்தனை பின்புலத்தில் மத சம்பந்தமான தத்துவக் கோட்பாடுகள் இருக்கவே செய்கின்றது. ஆனால் இந்த தென்னிந்தியக் கிராமங்களில், கடவுள் மற்றும் மதம் சம்பந்தமான நம்பிக்கைகளும், கோட்பாடுகளும், இந்து மதத் தத்துவப் பின்புலத்தில் இல்லாது, கிராம தெய்வ வழிபாட்டிலேயே இருக்கிறது.

தெலுங்கு, கன்னட மற்றும் தமிழர்களின் வழிபாட்டு முறைகளில் உள்ள ஒற்றுமைகளைக் கண்டு எந்த முன் முடிவுக்கும் வரமுடியாது. இதன் காரணம் இந்தப் பகுதிகளை ஒன்றிணைத்து இருநூற்று ஐம்பது வருடங்கள் – கிபி 1326 முதல் கிபி 1565 – ஆட்சி புரிந்த விஜயநகரப் பேரரசின் செல்வாக்கைப் புறம்தள்ள முடியாது. துங்கபத்ரா நதிக்கரையில் விஜயநகரைத் தலைநகராகக் கொண்டு, முகமதியர்களின் தென்னிந்தியப் படையெடுப்பைத் தடுத்து நிறுத்திய இந்து பேரரசாகும். இதன் மிகப் பெரும் தலைநகரம், தென்னிந்தியாவின் எல்லா பாகங்களில் இருந்தும், ஆண்களும், பெண்களுமாக, மக்கள் வந்துசெல்லும் ஒரு மாநகராக இருந்தது. பல தரப்பட்ட மக்களின் சிந்தனைகளும், பழக்கங்களும் கலந்த இடமாக இருந்திருக்க வேண்டும்.

1565இல் முகமதியர்களால் இந்த விஜயநகரம் மண்ணோடு மண்ணாக ஆக்கப்பட்டபோது, இங்கிருந்த தமிழ், கன்னட, தெலுங்கு பேசும் மக்கள் இந்தப் பழக்கங்களையும் தங்களுடன் தங்கள் நாடுகளுக்கு எடுத்துச் சென்றிருக்க வேண்டும். எனவே ஒரு சடங்கோ, பழக்கமோ இந்த மூன்று நாடுகளிடையேயும் இருப்பதாலேயே அது விஜயநகரப் பேரரசுக்கு முந்தைய காலகட்டத்தைச் சேர்ந்தது என்று எண்ணிவிடக் கூடாது. இந்த நாடுகளுக்கு இடையே இந்தச் சடங்குகள் ஒருவரிடம் இருந்து இன்னொருவரால் எடுத்துச் செல்லப்பட்டிருக்கலாம். எருமையின் முன்னங்காலை வெட்டி அதன் வாயில் வைப்பது என்பது மூன்று நாடுகளிலும் காணப்படுகிறது. இது அவர்களுக்குள் பகிர்ந்துகொண்ட பழக்கமாக இருந்திருக்கலாம். ஆனால் கிராமத்தில் நடக்கும் சிறு சடங்குகளிலும் இருக்கும் ஒற்றுமை இவ்வாறு இருக்க முடியாது. இந்த அடிப்படை ஒற்றுமை, இவை அனைத்தும் ஒரு பொதுவான அமைப்பில் இருந்தும், ஒரு பொதுவான ஆரம்பத்திலிருந்தும் தோன்றியிருக்க வேண்டும் என்பது என்னுடைய எண்ணமாகும்.

இதுபோலவே இந்தக் கிராம தேவதை வழிபாட்டையும், சிவ – விஷ்ணு வழிபாட்டையும் ஒப்பு நோக்குவதும். இந்த இரண்டு வழிபாட்டு முறைகளும் பல நூறு வருடங்களாக ஒன்றாக இருந்து வந்துள்ளன. பெரும்பாலான இடங்களில், இந்த இரு வழிபாடு களிலும் ஈடுபடுவதும் ஒரே நபர்களே. எனவே, இவற்றின் இடையே ஒற்றுமை இருப்பது இயல்புதான். தமிழ் நாட்டில் பிராமண மதத்தின் தாக்கம் இந்தக் கிராம தெய்வ வழிபாட்டில் அதிகமாக இருப்பதைப் பார்த்தோம். இதுபோலவே கிராம தெய்வ வழிபாட்டுமுறையில் சிலவேனும் பிராமணப் பூசாரிகளால் எடுத்துக்கொள்ளப் பட்டிருக்க வேண்டும். அது போலவே கிராம தேவதைகளைச் சிவன்

வழிபாட்டுடன் இணைக்கும் கதைகளைக் கொண்டும் எந்த முடிவுக்கும் வர இயலவில்லை. இந்தக் கதைகள் எல்லாம் கிராம தெய்வ வழிபாட்டை, மேல் மக்கள் வழிபாடு என்று கருதப்பட்ட பிராமண வழிபாட்டுடன் இணைக்கும் முயற்சியாக இருக்கலாம்.

அறிமுகத்தில் கூறியதுபோல, இந்த வழிபாட்டுக்கும், சிவா – விஷ்ணு வழிபாட்டுக்கும் இருக்கும் வேற்றுமைகளும் வெகு அதிகம். கிராம தேவதைகள், அந்தக் கிராமத்தில் மட்டுமே நோய்களை கொடுத்துக்கொண்டும், எடுத்துக்கொண்டும் இருக்கின்றன. அவை கிராமத்தில் இருக்கும் அறியாத, அந்தக் கிராமத்தைத் தாண்டிய உலகைக் கண்டிருக்காத, தங்கள் தேவைகள் தவிர வேறு அறிந்திருக்காத மக்களின் தெய்வங்கள். சிவனும், விஷ்ணுவுமே, பிரபஞ்சத்தில் இருக்கும் பெரும் சக்திகளின் வடிவமாக, காத்தலும், அழித்தலும் தொழிலாக, அவற்றின் தத்துவ மூலத்தின் ஆதாரமாக இருப்பவர்கள். அத்தகைய தத்துவ விசாரம் மேற்கொள்ளும் மக்களாலேயே அவர்கள் வாங்கப்பட்டிருக்க வேண்டும். இந்தக் கிராமங்களில் இருந்த மத சடங்கிலிருந்து சிலவற்றை அவர்கள் எடுத்துக் கொண்டிருக்கக் கூடும். ஆனால் அந்த வழிபாட்டின் ஆதாரம் இந்தத் தத்துவவாதிகளின் மூளையில் உதித்திருக்க வேண்டுமே அன்றி பயமும், மூடநம்பிக்கைகளும் கொண்ட கிராம மக்களின் மனதில் அல்ல.

இந்தக் கிராம தேவதை வழிபாட்டின் ஆரம்பம் – எங்கே ஆரம்பித்தது என்று கூறுவது இப்போது மிகவும் இயலாத காரியமாகும். இன்று இருக்கும் பல பழக்கங்களும், சடங்குகளும், பல முந்தைய சடங்குகளின் ஒன்றிணைந்த முறையாகத் தெரிகிறது. தமிழ் நாட்டில், பிராமணிய மதத்தில் இருந்து வந்த அபிஷேகம், மிருக பலி ஒவ்வாமை போன்றவையே கூறலாம். அதுபோலவே மைசூரில் பிசல் – மாரி வழிபாட்டில், சூரிய வழிபாட்டின் எச்சங்கள் தென்படுகின்றன. முன்னோர் வழிபாட்டுச் சடங்குகளின் பலவும் இவற்றுள் பிணைந்து கிடக்கின்றன. ஆனால் இது இந்த மண்ணின் ஆதார வழிபாட்டுமுறை என்பதிலும், ஒரு மேய்ச்சல் – வேளாண் சமூகமே இத்தகைய வழிபாட்டு முறையைக் கொண்டு வந்திருக்க வேண்டும் என்பதிலும் எந்தச் சந்தேகமும் இல்லை. மக்கள் நாடோடிகளாக வாழ்ந்த காலத்திற்கு இந்தப் பல சடங்குகளையும் நாம் சம்பந்தப்படுத்தலாம்.

இந்தச் சடங்குகள் பலவும் இப்போது எந்த அர்த்தமும் இன்றியே செய்யப்படுகின்றன. இவற்றைச் செய்பவர்களும் ‘இது மாமூல்’, அதாவது, இதுவே பழக்கம் என்றே இவற்றைச் செய்து வருகின்றனர். இந்த வழிபாடுகளின் ஒரே நோக்கம் நல்ல, தீய ஆவிகளை

சாந்தப்படுத்தி, சந்தோஷப்படுத்துவதே. இது திருவிழாக்களின் மூலம் அவற்றிற்குப் பரிசுகள் - பலிகள், தருவதன் மூலம் நடத்தப்படுகிறது. சில ஆவிகள், ரத்தப்பலி கேட்கின்றன; சில ரத்தத்தைக் குடிக்கின்றன; அல்லது ரத்தமும், சோறும் அவற்றிற்குப் படைக்கப்படுகிறது. மதுரை வீரன் போன்ற கடவுள்களுக்குச் சாராயம், சுருட்டு, கள்ளு போன்றவையும் படைக்கப்படுகின்றன.

ஆனால் பெரும்பாலான சடங்குகள் இந்தப் பரிசு கொடுத்தல் கோட்பாட்டில் இருந்து வேறுபடுகின்றன. உதாரணமாக, இந்தப் பலிகளில் ரத்தம் எப்படி உபயோகப்படுத்தப்படுகிறது என்று பார்த்தால், சில சமயம் அதைப் பூசிக் கொள்கிறார்கள்; சமயங்களில் அது கோயிலின் சுவரில் பூசப்படுகிறது, இன்னமும் சில இடங்களில் எல்லைக் கல், வீடுகள், நிலங்களில் பூசப்படுகிறது. இவை எந்த முறையில் இந்தப் பரிசு கொடுத்தல் கோட்பாட்டை நிலை நிறுத்துகின்றன? திருச்சியில் போன்று பூசாரி, அம்மனின் அருளுடன், ரத்தத்தைக் குடிப்பதைக்கூட ஏற்றுக் கொள்ளலாம். அதைத் தவிர இந்த வேறு விதங்களில் ரத்தம் சடங்குகளில் உபயோகப்படுத்தப்படுவதற்கு எந்தக் காரணங்களும் இல்லை. அது போலவே, இந்தப் பூசாரி குடல்களை மாலையாகப் போடுவதற்கோ, ஈரலை வாயில் வைத்துக் கடிப்பதற்கோ, பரிசு கொடுத்தல் கோட்பாட்டில் எந்த விளக்கமும் இல்லை. இந்தப் பழக்கங்கள் ஏதோ ஒரு காரணத்துடன்தான் ஆரம்பித்து இருக்க வேண்டும். ஆனால் இன்று இவை எதற்காக என்பதற்கு எந்தக் காரணமும் தெரிய வில்லை.

அதுபோலவே, இந்தப் பலிக்குப் பின் நடக்கும் விருந்துக்கும் சரியான காரணங்கள் சொல்லப்படுவதில்லை. சில இடங்களில் பலி கொடுத்த இடத்திலும், வேறு சில இடங்களில் கோயிலுக்கு வெளியேயும், இன்னமும் சில இடங்களில் வீட்டிலும் நடக்கின்றன. தெலுங்கு நாட்டில், ஐந்து மாலா சிறுவர்கள் பலி கொடுத்த இடத்திலேயே ஒரு துணியால் மறைக்கப்பட்டு, சாப்பிடுகிறார்கள். இதுவும் இந்தப் பரிசு கொடுத்தல் கோட்பாட்டிற்கு ஒத்து வரவில்லை. இதற்கு விளக்கமாக தெய்வம் அந்தப் பலியின் சாரத்தை எடுத்துக் கொள்வதாகவும், மனிதர்கள் சாப்பிடுவது அந்தப் பலியின் உடலை மட்டுமே என்றும் கூறப்படுகிறது. ஆனால் பலியைச் சாப்பிடுவது என்பதே ஒரு மத சடங்கு என்பதும் இங்கு இருக்கிறது. யூதர்கள் அவர்களின் அமைதி பலிகளில் இதுபோலவே சொல்கிறார்கள். இதற்கு இருக்கும் ஒரே விளக்கம், ஆவி உலகத்துடன் அந்தப் பலியைப் பகிர்வதன் மூலம் அவற்றுடன் ஒத்திசைவாக வாழ முயல்வது ஆகும்.

ஹெர் வார்னேக், சுமத்ராவில் பட்டக் இனத்தவரிடம் தான் கண்ட பலிகளையும், சடங்குகளையும் தன்னுடைய புத்தகத்தில் விளக்கும்போது, அவை ஆன்மாவுடன் சம்பந்தப்பட்டவை என்கிறார். மனிதர்கள் மட்டுமன்றி மிருகங்களும், உயிரற்றப் பொருள்களும்கூட ஆன்மாவுடன் இருக்கின்றன என்று நம்புபவர்கள் இவர்கள். 'இந்தச் சமூகங்களில் இருக்கும் பெரிய கேள்வியே, தன்னுடைய ஆன்மாவை எப்படித் தன்னைச் சுற்றியுள்ள ஆன்மாக்களுடன் வைப்பது என்பதுதான். ஏனெனில் சில ஆன்மாக்கள் நல்லவை – சில தீயவை. எனவே என்னுடைய ஆன்மாவை எப்படிக் காப்பாற்றுவது? 'ஒரு மிருகத்தின் உடலைத் தின்பது, அதன் ஆன்மாவை எடுத்துக் கொள்வதற்குச் சமம் என்று நம்புகிறார்கள். மானின் கறி வேகத்தையும், சண்டைக்கோழிகளின் கறி சண்டையில் வெற்றியையும் தரும் என்று நம்புகிறார்கள். வார்னேக், இந்த இனத்தவரிடம் இருக்கும் மனிதரைத் தின்னும் பழக்கத்திற்கும் இதுவே காரணம் என்கிறார். அந்த மனிதனின் ஆன்மாவை எடுத்துக்கொள்வதையே இந்தச் சடங்கு சொல்கிறது என்கிறார். ரத்தத்தைக் குடிப்பதும் இதுபோன்று ஆன்மாவை எடுத்துக்கொள்ளவே என்கிறார். யூதர்கள், பலி கொடுக்கும் சடங்குகளில் இதனாலேயே ' ரத்தமே வாழ்வு' என்று கூறுகின்றனர்.

இது போன்ற சடங்குகள், இனக்குழுக்களை ஒன்றிணைக்கப் பெரிதும் உதவுகிறது. நாடோடிக் குழுக்களில் இருக்கும் அனைவரும் ரத்த சம்பந்தமுடையவர்களாக இருப்பார்கள். இந்தச் சம்பந்தம் குடும்ப ரீதியாகவும், இனத்திற்கும் அவர்களைப் பாதுகாப்பாகவும், உதவிகரமாகவும் வைத்திருக்கிறது. இந்தக் குழுக்கள் ஒருவரை ஒருவர் எப்போதும் சந்தேகமாகவே பார்க்கிறார்கள். எப்படியேனும் தங்கள் குழுவைப் பெரிதாக்கி, தங்கள் ஒற்றுமையைப் பாதுகாக்க முயல்கிறார்கள். இதற்கு இந்த ரத்த சம்பந்தம் உதவுகிறது. ஒரு மனிதன் ஒரு குழுவில் இல்லாதவனாக இருந்தால், ரத்தத்தை எடுத்துக்கொள்வதன் மூலம் இந்த உறவை ஏற்படுத்திக்கொள்ள முடிகிறது. 'மதங்களின் வரலாறு' என்ற தனது புத்தகத்தில் ஜெவோன்ஸ், உலகின் பல பாகங்களிலும் நடக்கும் இதுபோன்ற சடங்குகளைப் பற்றிச் சொல்கிறார். ஆப்பிரிக்காவில் இருந்து வரும் இந்த உதாரணம் இதை விளக்கும்.

'ரத்தத்தைச் சேர்த்துக்கொள்வது ஆப்பிரிக்காவின் கருப்பர் இன மக்களிடம், நட்பின் அடையாளமாகக் காணப்படுகிறது. மம்பெட்டு மக்கள், தங்கள் கைகளில் சிறு வெட்டுக்கள் போட்டுக்கொண்டு, ஒருவர் மாற்றி ஒருவர் அந்த ரத்தத்தைக் குடிக்கிறார்கள். உன்யோர நாட்டில் அந்த ரத்தத்தில் காபிக் கொட்டைகளை நனைத்துச்

சாப்பிடுகிறார்கள். சண்டெ மக்கள், இரண்டு சிறு கத்திகளால் ஒருவரின் ரத்தத்தை எடுத்து இன்னொருவரின் வெட்டுக்காயத்தில் தடவுகின்றனர். காங்கோ மக்களிடம் இதுபோன்ற ஒரு சடங்கில் பங்கு பெற்ற திரு. வார்ட் கூறுகிறார். ‘முதலில் எங்கள் வலது கையின், முட்டிக்குக் கீழே, தசையில் ஒரு சிறு வெட்டுக்காயம் ஏற்படுத்தப்பட்டது. அதில் வந்த ரத்தத்தின் மேல் சடங்கை நடத்துபவர் கொஞ்சம் சுண்ணாம்பும், பொட்டாசும் தடவி, நாங்கள் இருவரும் இனி ரத்த பந்தம் உள்ளவர்கள் என்று கூறி, இருவர் கைகளையும் ரத்தம் வரும் இடத்தில, சேர்த்து உரசுகிறார். அத்துடன் நாங்கள் ரத்த பந்தமுள்ள சகோதரர்கள் என்றும், எங்கள் நலன் எங்கள் ரத்தம் போல் இனி ஒன்றாக இருக்கவேண்டும் என்றும் சொல்கிறார்.’

இந்த உதாரணம் ரத்தம் என்பது எப்படி இனக்குழுக்களுக்குள் உறவை ஏற்படுத்த உதவுகிறது என்பதைச் சொல்கிறது. மனிதக்குழுக்கள், வாழ்வதற்கானப் போராட்டத்தில், மற்ற மனிதக்குழுக்கள் மட்டுமல்லாது, மிருகக்குழுக்களும் தங்களுக்குத் தீங்கிழைப்பதை உணர்ந்து இருந்தார்கள். எனவே இத்தகைய மிருகங்களுடன் கூட்டணி வைப்பதன் மூலமே இதைத் தடுக்க முடியும் என நம்பினார்கள். எனவே இந்த மிருகங்கள் இந்த இனக்குழுக்களின் சின்னமாகின. அவர்கள் அவற்றை வழிபடவும் செய்தனர். இந்த மிருக பலிகளின் முக்கியக் காரணம், இந்த மிருகங்களுடன் இருக்கும் கூட்டணியை வலுப்படுத்தவேண்டியே. எனவே இந்தச் சின்னத்தில் இருக்கும் மிருகத்தைப் பலி கொடுப்பதும் இந்தக் காரணத்திற்காகவே. சாதாரண நாட்களில், இந்த மிருகத்தைக் கொல்வது, தங்கள் இனக்குழுவில் ஒருவரைக் கொல்வதற்குச் சமமாகும். ஆனால், திருவிழாக்களில் இதன் ரத்தத்தைச் சிந்தி, அதன் மாமிசத்தைப் பங்கிட்டுச் சாப்பிடுவதன் மூலம், அந்த இனக்குழுவின் ஒற்றுமையை அந்த ரத்தமும், மாமிசமும் உறுதி செய்கின்றன. அந்தச் சின்னத்தின் ஆவி அதன் இனக்குழுவான மனிதர்களுடன் இணைந்துவிடுகிறது. எனவே இதில் மிருக பலி என்பது பரிசு கொடுப்பது அல்ல – அந்த குலச்சின்னத்துடன் ஒன்றிவிடுவது.

இப்போது இந்தக் கோட்பாட்டை இந்தக் கிராம தெய்வ வழிபாட்டில் நடக்கும் மிருக பலியுடன் இணைத்துப் பார்ப்போம். இப்போது பலியின்போது ரத்தத்தின் உபயோகம், முடிந்ததும் நடக்கும் விருந்து என அனைத்தும் இப்போது விளக்கமுடியும்படி இருக்கின்றது. இவை அனைத்தும் தாங்கள் கும்பிடும் அந்த ஆவியுடன் ஒன்றிணைவதற்குச் செய்வது. பூசாரி குடலைக் கழுத்தில் போட்டுக்கொள்வதற்கும், ஈரலை வாயில் கடிப்பதற்கும் நமக்கு இப்போது விளக்க முடிகிறது. ஈரலும், குடலும் அந்த மிருகத்தின்

உயிரையும், இந்தச் சடங்கு அந்த மிருகத்தின் உயிருடன் மிக அருகில் சென்று ஒன்றிணைவதன் சின்னமாகவும் தோன்றுகிறது. தெலுங்கு நாட்டில், பலி கொடுக்கப்படும் எருமை, மாலை, மேளத்துடன் முதலில் ஊரைச்சுற்றி வருகிறது. அனைவரும் அதை வணங்குகின்றனர். இந்த மிருகம் அந்த இனக்குழுவின் சின்னமாக இருக்கிறது, எனவே வணங்கப்படுகிறது என்பது ஒரு சாத்தியமான விளக்கமாக இருக்கிறது.

இந்தக் கோட்பாடு, இன்னும் சொல்லப்போனால் எதனால் கற்களும், தூண்களும் இந்தக் கிராம தேவதைகளை குறிப்பதாக வணங்கப் படுகின்றன என்பதற்கும் விளக்கம் கொடுக்கிறது. சென்ற அத்தியாயங்களில் பார்த்ததுபோல, பல கிராம தேவதைக் கோயில்களில், கூம்பு வடிவக் கற்களோ, கற் தூண்களோ, சிறு கற்களோ மட்டுமே கடவுளைக் குறிப்பதற்காக இருக்கின்றன. இந்தக் கற்களும் எந்த விதமான சிறப்பாகவும் இல்லை. சில இடங்களில் சிலைகளும், சிற்பங்களும் இருக்கின்றன. அவை நமக்குப் புரிகின்றது. ஆனால் இந்தக் கற்கள் எவ்வாறு இந்தத் தெய்வத்தன்மை பெற்றன?

இந்த மிருக பலி நடக்கும் இடம் என்பது புனிதமாகக் கருதப்பட்டு, அங்கு அந்தத் தெய்வமே இருப்பதாக நம்பப்படுகிறது. இந்தப் பலி கொடுத்த இடத்தைக் குறிக்க சில கற்களோ, கல் தூணோ அங்கு நடப்படுகிறது. அந்தக் கல்லில் அந்தத் தெய்வமே வாசம் செய்வதாக நம்பப்படுகிறது. காலப்போக்கில், இந்த ஆரம்பக் காரணங்கள் மறக்கப்பட்டு, கொல்லப்படும் மிருகம் அந்தக் கடவுளின் அம்சமாகப் பார்க்கப்படாமல், கடவுளுக்கு ஒரு பரிசாகப் பார்க்கப்படும் நிலை வந்துவிட்டது. ஆனால் அந்த இடத்தில் இருக்கும் கற்களின் புனிதம் அவ்வாறே வைக்கப்பட்டு, இன்றும் அந்தப் பலி பீடம், தெய்வம் குடியிருக்கும் இடமாகக் கருதப்பட்டு அங்கேயே வழிபாடு நடத்தப்படுகிறது.

எல்லைக்கல் வழிபாட்டிலும் இதுபோன்றே நாம் பார்க்கலாம். எல்லைக் கல் இருக்கும் இடத்தில் பலிகள் நடத்தப்பட்டு வந்ததால், இந்தக் கல்லும் புனிதமாகக் கருதப்பட்டது. பலியை ஏற்கும் ஆவி இந்தக் கல்லில் இருப்பதாகவும் நம்பப்படுகிறது. கோயிலில் இருப்பதுபோல், எல்லைக்கல் கடவுளாகக் கருதப்படாமல், அந்த தெய்வங்கள் வாழும் இடமாகவே கருதப்படுகிறது.

கோயிலில் இருக்கும் கற்களும் இதுபோன்றே ஒரு காலத்தில் கருதப்பட்டிருக்க வேண்டும். இன்னமும் காலப்போக்கில் இந்தக் கற்களே தெய்வமாகக் கருதப்பட்டிருக்கவேண்டும். அதற்கு அடுத்த

நிலையாக இந்தக் கற்கள் சிலையாகவும், சிற்பமாகவும் செதுக்கப்பட்டு வணங்கப்பட்டிருக்கவேண்டும். இப்போது தெய்வங்கள் இனக்குழு மிருகங்களின் சின்னமாக இல்லாமல், மனிதர்களின் சின்னமாகக் கருதப்பட்டிருக்க வேண்டும். ஆனால் இந்த மாற்றங்கள் எல்லாம் நாடோடி வாழ்வில் இருந்து மனிதர்கள் மேய்ச்சல் – வேளாண் குடிகளாக மாறிய காலத்தில், மனிதன், மிருகங்களின் மீதான தன் மேம்பட்ட நிலையை உணர்ந்த நேரத்தில் நடந்திருக்கவேண்டும். இவை அனைத்தும் நமது அனுமானமே என்பதை உணர வேண்டும்.

இந்தத் தெய்வங்கள் எல்லாம் பெண்களாக இருப்பது, விவசாயம் வளர்ந்ததிற்கும், கிராம சமுதாயம் உருவான நாட்களுக்கும் உள்ள தொடர்பை உறுதிப்படுத்துகிறது. உலகம் முழுவதும் நிலம் சம்பந்தமான கடவுள்கள் பெண்களாகவே இருக்கின்றனர். வளம், இனப்பெருக்கம் போன்றவை பெண்களுடன் இருப்பதே இதன் காரணம். ஒரு நாடோடிக் குழு, ஒரு கிராமத்தில் குடியேறும்போது, அவர்கள் அந்த நிலத்தின் கடவுள்களைப் பெண் தெய்வங்களாக வணங்கியதில் எந்த ஆச்சர்யமும் இல்லை. இன்றும் ஆதிவாசிக் குடிகளில், வேளாண்மை என்பது பெண்களின் வேலையாகவே பார்க்கப்படுகிறது. எனவே அவர்கள் தங்கள் தெய்வங்களைப் பெண்களாக வைத்ததில் ஆச்சர்யமில்லை. இதன் எச்சத்தை, மாலா பூசாரி பெண் வேடமிட்டு வண்டியில் போவதிலும், இன்னமும் சில நேரங்களில் பெண்கள் ஆரத்தி எடுப்பதிலும் காணலாம்.

தென்னிந்தியாவில் உருவ வழிபாட்டிற்கும், மிருக பலிக்கும் கூறும் இந்த விளக்கங்கள் என்பது வெறும் கருதுகோள்கள் மட்டுமே. ஆனால் இந்த இனக்குழு சின்னக் கருதுகோள் இந்தப் பலிகளையும், வழிபாடுகளையும் பெரிதும் விளக்க உதவுகிறது என்பது தெரிகிறது. எனவே இந்தப் பலிகளின் ஆதி காரணம் அந்த ஆன்மாவிடம் சேருவதே அன்றி, பரிசு கொடுப்பது அல்ல. அதற்கு இந்தச் சடங்குகள் நடக்கும் விதம் நமக்கு ஆதாரமாக இருக்கிறது. இந்தச் சடங்குகளின் முக்கியமாக இருக்கும் ரத்தம் கிறிஸ்துவின் ரத்தத்தின் மீதான கிறிஸ்தவர்களின் நம்பிக்கையை முன்னறிவிக்கிறது. மதங்களின் ஆதி வடிவமாக இருந்தாலும் இது ஒரு விதத்தில் கடவுளுடன் ஒன்றிணைய வைக்கும் கிறிஸ்துவ மதத்தின் நம்பிக்கைக்கு முந்தைய மத நம்பிக்கைகளின் ஒரு வடிவமாக இதைப் பார்க்கலாம்.

அத்தியாயம் – 9

கிராம தெய்வ வழிபாட்டின் சமூக, ஒழுக்க, மதத் தாக்கங்கள்

இன்றைய கிராம தெய்வ வழிபாடு என்பது பயத்திலும், மூட நம்பிக்கைகளிலும் கட்டி எழுப்பியதாக இருக்கிறது. கொடூரமாகக் கொல்லப்படும் மிருகங்கள், அவற்றின் ரத்தம் வைத்துச் செய்யப்படும் சடங்குகள் எல்லாம் இந்தத் தெய்வங்களின் மதிப்பைக் குறைப்பதாகவே இருக்கிறது. இந்தச் சடங்குகளின் ஆரம்ப நிலை எவ்வாறு இருந்ததோ நமக்குத் தெரியாது. ஆனால் இன்று இவை இந்தத் தெய்வங்களைச் சாந்தப்படுத்தச் செய்வதாகவே இருக்கிறது.

பண்டைய யூதர்களும் இதுபோலவே பெரிய அளவில் பலிகளும், ரத்தத்தையும் சிந்தினார்கள். ஜெருசலேமில் இருந்த அவர்களது கோயிலில் ‘சாலமன் ராஜா இருபத்தி இரண்டாயிரம் காளைகளையும், நூற்று இருபதாயிரம் ஆடுகளையும்’ பலி கொடுத்ததாகச் சொல்லப்பட்டது. ஆனால் யூதர்களின் பலிகள் வேறு பெரும் காரணங்களுக்காக நடத்தப்பட்டன. இந்தப் பலியில், பலியாகும் மிருகம் அதைப் பலி கொடுப்பவரின் வடிவமாகப் பார்க்கப்பட்டது. அந்த மிருகத்தைப் பலி கொடுப்பதன் மூலம் அவர் தனது உயிரைக் கடவுளுக்குக் கொடுப்பதாகக் காட்டப்பட்டது. அந்த ரத்தமும், பலிக்குப் பிறகான விருந்தும், பாவங்களுக்கான வருத்தப்படல் ஆகவும், கடவுளிடம் இணைவதன் அர்த்தமாகவும் பார்க்கப்பட்டது.

கிராம தெய்வ பலித் திருவிழாக்களில் இது போன்ற காரணங்கள் இல்லை. கடவுளுடன் இணைவதைவிட, கடவுளின் கோபத்தைக் கண்டு பயமே மேலோங்கி இருக்கிறது. படைக்கப்படும் தூபம், பழங்கள், கற்பூரம் போன்றவையும் இந்தக் கடவுளைச்

சாந்தப்படுத்தவே பயன்படுகின்றன. பல விழாக்கள் குடிப்பதை நடத்தும் இடமாக இருக்கின்றன. சிவ வழிபாட்டில் இருக்கும் பேரழகும் இந்த விழாக்களில் இல்லை. சிவன் அழித்தலின் கடவுளாக இருந்தாலும், அவரிடம் கம்பீரமும், பெருமையும் இருக்கும். அவர் ஒரு பிரபஞ்சச் சக்தியின் வடிவம். இந்த பிரபஞ்சத்தைப்பற்றிய ஒரு விளக்கத்தின் தத்துவமாக இருக்கிறார். கிராம தெய்வமோ தன்னை வணங்கும் சிறு கிராமத்தினரைப் பயத்தினாலேயே தனக்கு வழிபாடு செய்ய வைக்கிறது. கொள்ளை நோய்களுக்கும், பேரழிவுகளுக்கும் பயந்தே வழிபாடுகள் செய்யப்படுகின்றன. இதில் பிரபஞ்சம் பற்றியோ, வேறு உலகம் பற்றியோ எதுவும் இல்லை. அன்பும், நன்றியும், ஆச்சர்யமும் இருப்பதில்லை.

இந்த வழிபாடுகளின் இன்றைய நிலையில், அவை உருவாக்கும் மூட நம்பிக்கைகளுக்கு எதிராகப் பேசவேண்டி இருக்கிறது. இந்து மதத் தத்துவங்கள் பலவும் உலகிற்கு உன்னதமாகவும், பெரும் கருத்துகளை உள்ளடக்கியும் இருக்கிறது. ஆனால் காலத்தின் போக்கில், இதுபோன்ற கிராம தெய்வ வழிபாடுகள் அந்தக் கருத்துகளை மாற்றி உருவாக்கி வைத்திருக்கும் நம்பிக்கைகளையும், பழக்கங்களையும் பார்ப்பதால் நமக்கு ஏதும் பயனில்லை. கிறிஸ்துவ மதம் இந்தக் கிராமங்களில் வளர வேண்டும் எனில் இந்த வழிபாடுகளை நாம் எதிர்கொள்ளவேண்டும். தெலுங்கு நாட்டில் கிறிஸ்துவ மதத்தைத் தழுவிய தீண்டாமை சாதியினர், தங்கள் ஊரின் கோயிலை இடித்ததும் நடந்தது.

அதே நேரத்தில், இன்று உருமாறி இருக்கும் இந்த வழிபாட்டை வைத்து, இதன் சமூக, மத நம்பிக்கைகளின் மீதோ, இந்த வழிபாடுகள் ஆரம்பத்தில் கொண்டிருந்த பக்தி மார்க்க உணர்வுகளையோ நாம் தள்ளிவிட முடியாது. இந்த வழிபாடுகள் மத, சமூக சமத்துவத்திற்கான ஓர் அமைதிப் புரட்சியாகவே இருக்கின்றன. இவற்றில் எந்தச் சாதியினரும் பூசாரியாக இருக்கலாம். பிராமணர்கள் இந்த வழிபாடுகளில் அறவே இல்லை.

எருமைப்பலிகள் பெரும்பாலும் தீண்டாமை சாதியினராலேயே நடத்தப்படுகின்றன. இந்த விழாக்களில் பாடப்படும் பாடல்களின் மூலம், தீண்டாமை சாதியினர் ஒரு காலத்தில் பிராமணர்களுடன் சமத்துவத்திற்குப் போராடினார்கள் என்று தெரிகிறது. பெரும் திரளான சூத்திர மக்கள் இந்த வழிபாடுகளில் ஈடுபடுவது, எப்படிப் பாமர மக்களும் பூசாரிகளாக முடியும் என்பதைக் காட்டுகிறது. இருண்ட இடத்தில் ஒரு சிறு விளக்கு போல, இந்த விழாக்கள்

சமத்துவத்தைப் போதிக்கின்றன. நீண்ட பல நூற்றாண்டுகளின் சாதிய அடக்குமுறைகளுக்குப் பின்னும் இந்த மக்கள் இன்னமும் தங்களுடன் வைத்திருக்கும் சுய மரியாதையையும், தங்களின் சுய மதிப்பையும் இந்த விழாக்கள் தக்க வைக்க உதவுகின்றன. காலரா அல்லது பெரியம்மை போன்ற நேரங்களில், இந்த மக்களின் அருமையை உணர வைக்கவும் இவை உதவுகின்றன.

இரண்டாவதாக, இந்த வழிபாடுகளின் பல சடங்குகளின் ஆழ்ந்த ஓர் இடத்தில் மனித மனதின் தீரா ஆசையான, கடவுளுடன் ஒன்று கலக்கும் ஓர் ஆசை இருப்பதைக் காணலாம். பல நூறு ஆண்டுகளின் சடங்குகளில் இது மறைந்திருக்கலாம். பயத்திலும், மூட நம்பிக்கைகளினாலும் இவை மாற்றப்பட்டிருக்கலாம். ஆனால் இந்த மாற்றங்கள், மறைப்புகள் போன்றவற்றைத் தாண்டி, ஆன்மீக உலகை அறிவது மட்டும் இன்றி, அதனுடன் தனது ஆன்மாவை இணைக்கும் ஒரு வழியாகவும் இந்தச் சடங்குகள் இருக்கின்றன என்பதே உண்மை. சென்ற அத்தியாயத்தில், எப்படி மிருக பலி என்பது இந்த ஆன்ம ஒன்றிணைப்பின் பாதையாக இருக்கிறது என்று பார்த்தோம். இன்று இதற்கான சடங்குகளும், பழக்கங்களும் இதை மறந்து வெறும் ரத்தத்தைத் தெளிப்பதும், அருள் இறங்குவதுமாக மாறி இருக்கலாம். ஆனால் இதன் ஆழ் வேரில் இருக்கும் ஆன்மீக உணர்வே இவற்றில் வெளிப்படுகிறது. இந்த மக்களிடம் கடவுளைப் பார்க்க இருக்கும் வேட்கை அளவற்றது. இதற்காகப் பெரிய அளவில் பணத்தைச் செலவழித்த பலரை நான் பார்த்திருக்கிறேன். இந்த வழிபாடுகள்தான் இந்த உணர்வுகளை, இன்னமும் மக்களிடம் வைத்திருக்கின்றன.

இந்தத் தெய்வங்களின் மீதான நம்பிக்கையே நமது கிறிஸ்தவ மதத்திற்கு இவர்களைத் தயார் செய்து வைத்திருக்கிறது எனலாம். இந்தக் கிராம தெய்வங்கள் எழுப்பும் பயமானது, இவர்களை அன்பின் கடவுளுக்குத் தயார் செய்து வைத்திருக்கிறது என்றே கூறுவேன். தீண்டாமை சாதியினரிடத்தில் ஊழியம் செய்யும் குருமார்கள், எப்படி இந்த அன்பின் வழியானது அவர்களுக்கு நெருக்கமாக இருக்கிறது என்று கூறுகிறார்கள். பண்டைய யூதர்கள் எப்படி எதிரிகளிடம் இருந்து காக்க மதத்தைத் தங்களின் கவசமாக எடுத்தார்களோ, அதுபோலவே இந்தக் கிராமத்தினரும் தீய ஆவிகளிடமிருந்து தங்களைக் காக்க இந்த மதத்தை அனுசரித்து வருகிறார்கள்.

கிறிஸ்தவச் சபை இந்தத் தீண்டாமை சாதியினருக்கு மூன்று பெரிய உண்மைகளை எடுத்து வைக்கிறது.

அ) முதலில், ஒரு பேரன்பின் கடவுள் இருக்கிறார். அவரே இந்தப் பிரபஞ்சத்தை உருவாக்கி ஆள்பவர். மனிதர்களுக்குத் தந்தையாக இருப்பவர்.

ஆ) கிறிஸ்துவே நம்மைப் பாவத்தில் இருந்து விடுவிக்கக் கூடியவர். வேதம் எல்லோருக்கும் கடவுள் சமமானவர் என்று கூறுகிறது.

இ) கடவுளின் முன் அனைத்து மனிதரும் சமமே. இதுவே வேதத்தின் சத்தியமாய் நமது சபையால் சொல்லப்படுவது. ஒடுக்கப் பட்டவருக்கும், தாழ்த்தப்பட்டவருக்கும் ஆன செய்தி இதுவே.

தென்னிந்தியாவின் ஒரு சாதாரணக் கிராமத்தில் இருப்பவர், கிராம தெய்வத்திற்கு நேர்ந்துகொள்ளாமல் எந்தக் காரியமும் செய்வ தில்லை. இதுவே இன்றளவும் இந்த மனிதர்களிடையே கடவுளையும், ஆன்மீகப் புரிதலையும் மீட்டு வைத்திருக்கிறது. இந்தத் தெய்வங்களே அவருக்கு உண்மை எனப்படுவது. கிறிஸ்தவச் சபை இந்த ஆன்மீக நம்பிக்கைகளின் மீதே தனது உண்மையைப் புரிய வைக்க வேண்டும்.

பின்னிணைப்பு – 1

பண்டைய எகிப்தில் வாய் திறக்க வைக்கும் சடங்கு

எருமைப்பலியின்போது, அதன் காலை வெட்டி, வாயில் குறுக்காக வைப்பதைப்பற்றிப் படித்தோம். பண்டைய எகிப்தின் மரணச் சடங்குகளில் இதுபோன்ற ஒன்று நடத்தப்படுகிறது என்பது ஆச்சரியமாகும். இதன் பின்னணியில் உள்ள கதையானது இங்கே.

எகிப்து கடவுளான ஓஸிரிஸ் தனது சகோதரன் சேத்தினால் கொல்லப்படுகிறான். அவனைத் திரும்பவும் உயிர்த்தெழச்செய்ய வேண்டி, ஓஸிரிஸின் மகன் ஹோருஸ், ஓஸிரிஸின் உடலைக் கைப்பற்றி அதன் மீதிருந்த கட்டுகளை நீக்கினான். தோத் கடவுளின் அறிவுரைப்படி, சில மந்திரங்களை உச்சரித்து, ஓஸிரிஸின் உடலுக்குப் படையல்கள் இட்டான். ஹோருஸ்ஸும், அவனது மகன்களும், அனுபிஸ் கடவுளும் சடங்குகள் செய்து, ஓஸிரிஸின் வாய், மூக்கு, கண்கள் மற்றும் காதுகளைத் திறந்தனர். இது மரணச் சடங்குகளில் பண்டைய எகிப்தில் கடைப்பிடிப்பதாகும்.

பண்டைய எகிப்து கல்லறைகளில் இருந்த ஒரு புத்தகம், வாயைத் திறக்கும் புத்தகம் எனப்பட்டது (Book of the Opening of the Mouth). திரு. இ.எ. வாலிஸ் புட்ஜ் அவர்களால் எழுதப்பட்ட 'இறந்தவர்களின் புத்தகம்' (Book of the Dead) என்ற நூலில் இவ்வாறு சொல்லப்படுகிறது.

ஐந்தாம் எகிப்து ராஜ வம்சக் கல்லறைகளில், இந்த 'வாயைத் திறக்கும்' சடங்கைப் பற்றிய படங்கள் இரண்டு வரிசைகளாக இருக்கின்றன. ஒரு ராஜ எழுத்தரின் கல்லறையில் உள்ள இந்தப் படங்களில், ஒரு கன்று, தன் இடது முன்னங்கால் வெட்டப்பட்ட அதன் தாயுடன் நடந்து போகிறது. அதற்கு முன் இரண்டு அடிமைகள் – ஒருவன் இறந்தவரின் இதயத்துடனும், இன்னொருவன் அந்தக் கன்றின் முன்னங்காலை ஒரு மேசையின் மீது பிடித்தவாறும் இருக்கிறான். இந்தச் சடங்கில் முன்னங்காலின் பங்கு என்ன என்பது

தெரியவில்லை. ஆனால் இந்தச் சடங்கிற்கும், தென்னிந்தியாவில் எருமைப்பலிகளுக்கும் ஒற்றுமை இருக்கிறது. இந்த எகிப்து சடங்கு, முன்னங்காலை வாயில் வைப்பது, அந்தத் திறப்பின் மூலம் அந்த மிருகத்தின் ஆவி உள்ளே செல்லவும், பின் வெளியே வரவும் என்றும் தெரிகிறது.

மோட்டார் சைக்கிள் முன் பலியிடப்பட்ட எருமை

இப் பக்கத்தில் உள்ள மோட்டார் சைக்கிளுக்கு முன் இருக்கும் எருமைப்பலி படத்தில், மோட்டார் சைக்கிளுடன், கத்தி, வாள், குழந்தையின் நாற்காலி போன்றவையும் இருக்கிறது. எருமையின் தலை வெட்டப்பட்டு அதன் வாயில் முன்னங்கால் வைக்கப் பட்டுள்ளது. எருமைக்கும் மோட்டார் சைக்கிளுக்கும் நடுவே சாராயம் முதலியவை படைக்கப்பட்டுள்ளன.

பின்னிணைப்பு – 2

இரும்பைக்கொண்டு தீய ஆவி விரட்டுதல்

செகந்திராபாதில் இருந்த மாரியம்மா கோயிலில் நடந்த இந்தச் சடங்கைப்பற்றி டாக்டர் ஹண்ட் எனக்குச் சொன்னார். தெலுங்கு நாட்டில், பெல்லாரி மாவட்டத்தில் இந்தச் சடங்கு நடைபெற்றது. 1917ம் ஆண்டு, இன்ஃப்ளுயன்சா நோய் கடுமையாக வந்தது. அதற்காக இங்கிருந்த பல கிராம மக்கள் சேர்ந்து, மாரியம்மனுக்கு இந்தத் திருவிழாவை நடத்தினார்கள். மரத்தில் ஒரு சிலை செய்து, அதற்குப் படையல், பூஜை செய்தனர். அன்று இரவு, ஒரு மூன்றடி உயரமுள்ள வண்டியில், மாரி அம்மாவின் இந்தச் சிலை வைக்கப்பட்டு ஊர்வலமாகச் சென்றது. அப்போது ஒவ்வொரு வீட்டிலும், அந்த வீட்டுத் தலைவர் ஓர் இரும்பு ஆணியைக் கொண்டுவந்து, அம்மனின் சிலையின் மேல் அறைந்தார். இதுபோல எல்லா வீடுகளிலும் ஆணி அறையப்பட்டு, அம்மன் சிலை முழுதும் ஆணிகளால் காணப்பட்டது.

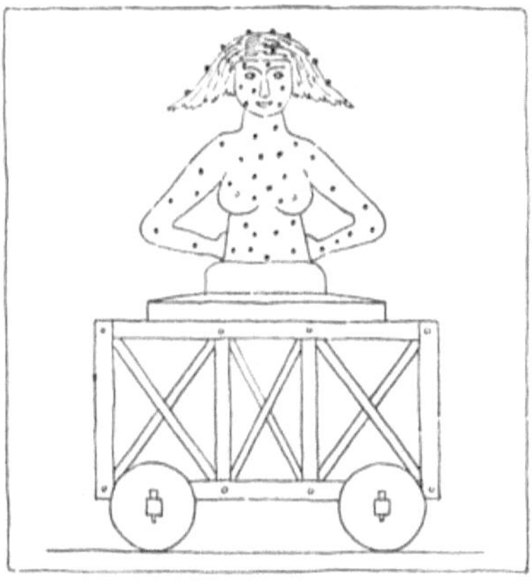

உடலில் ஆணிகளால் அறையப்பட்ட அம்மனின் உருவம்

கிராமத்தினர் அம்மனின் கவனத்தைத் தங்கள் பக்கம் திருப்பி, எல்லாக் குடும்பங்களின் மீதும் அவள் அன்பாக இருக்கச் சொல்லவே இந்தச் சடங்கு என்றனர். ஆனால் பழைய நாட்களில் இதன் அர்த்தம் வேறாக இருந்திருக்கலாம். ஒரு பழைய சிந்தனை, தீய ஆவிகளுக்கு இரும்பைக் கண்டால் பயம் என்று சொல்கிறது. எனவே இந்த ஆணி அறைந்தால், அம்மனின் கோபம் இரும்பால் குறைக்கப்படும் என்ற நம்பிக்கையாக இருக்கலாம்.

இதை மாந்திரீகத்துடன் இப்போது சம்பந்தப்படுத்தவில்லை என்றாலும், பழங்காலத்தில் அவ்வாறு இருந்திருக்கலாம். முதலாம் உலகப்போரின் முடிவில், ஹிண்டன்பெர்கின் (ஜெர்மனியின் தளபதி) சிலையில் போர் வீரர்கள் ஆணி அறைந்ததை நினைக்கும் போது, இது வெகு பழமையான பழக்கமாக இருக்கவேண்டும் என்றே தோன்றுகிறது.

மலபார் நாட்டில், இடுகாடுகளிலும், பிற தனிமையான இடங்களிலும், குளத்தங்கரையிலும், புளியம் மரத்திலும் 'பிசாசுகள்' என்னும் தீய ஆவிகள் இருப்பதாகச் சொல்லப்படுகிறது. இவை அந்த வழியே இரவில் செல்வோரைப் பிடித்துக்கொள்ளும் என்றும் நம்புகிறார்கள். இந்தப் பிசாசுகள் பெரும்பாலும் பெண்களாகவும், பயங்கரமான உருவம் கொண்டு, வான் வரை உயரம் கொண்டவர்களாகவும் இருக்கும் என்றும் கண்டவர்கள் கூறுகிறார்கள். எனவே இந்த இடங்களுக்கு யாரும் இரவு ஒன்பது மணியில் இருந்து காலை மூன்று மணி வரை தனியே செல்வதில்லை. அவ்வாறு செல்பவர்கள் இரும்பைத் தங்களுடன் கொண்டு செல்கிறார்கள். இரும்பைக் கண்டு தீய சக்திகள் பயப்படும் என்று நம்புகிறார்கள். மாந்திரீகம் தெரிந்தவர்கள், தரையில் இந்தப் பிசாசு உருவம் வரைந்து, அதன் நடுவே சில எழுத்துக்கள் எழுதி, ஓர் இரும்புக் கத்தியோ, ஆணியோ முடித்துவிடுவார்கள். அதன்பின் இவை தொந்தரவு செய்வதில்லையாம்.

சில சமயங்களில் இந்த ஆவிகள் வீடுகளையும் வந்து பிடித்துக் கொள்ளும். வீட்டில் இருப்பவர்களுக்குத் தீங்கு நடக்கும்போது, இப்படி பிடித்துக்கொண்டது தெரியவரும். உடனே பிசாசு ஓட்டுபவர் அழைக்கப் படுவார். அவர் அந்த வீட்டை நன்கு ஆராய்ந்து, இந்தப் பிசாசு எந்தப்பக்கம் வருகிறது, எப்படிப் போகிறது என்பதைக் கண்டறிந்து, ஒரு மூலையில், ஓர் இரும்பு ஆணியை அடித்துவிடுவார். அதன் பின் அந்தப் பிசாசு அந்த இடத்தை விட்டுச் சென்றுவிடும்.

இதுபோலவே, இந்தப் பிசாசு ஒரு மனிதரைப் பிடித்துக்கொண்டால், அவர் போலவே ஓர் உருவம் பலா மரக் கட்டையில் செய்து அதன்

நடுவே ஓர் ஓட்டை போட்டு வைத்துக்கொள்வர். பின் மந்திரங்கள் சொல்லி, இந்தப் பிசாசு பிடித்தவரின் சாரத்தை இந்த மரப்பொம்மைக்குள் கொண்டுவந்துவிடுவார். மரப்பொம்மையில் உள்ள ஓட்டை இந்தச் சாரத்தை உள்ளே கொண்டுவரவே பயன் படுகிறது. இப்போது இந்தப் பொம்மையை ஒரு பலா மரத்திலோ, அரச மரத்திலோ, கொய்யா மரத்திலோ அறைந்துவிடுவார்கள். அதன் பின் அந்தப் பிசாசு அவரைத் துன்புறுத்துவதில்லை.

மெட்ராஸ் அருங்காட்சியகத்தில் ஐந்தடி உயரத்தில் இரண்டு மரப் பொம்மைகள் உள்ளன. இவை முழுதும் ஆணியால் அறையப் பட்டுள்ளன. ஒன்று, பெண் உருவமாக, ஒரு கால் திருப்பி வைக்கப் பட்டு, பாலை மரத்தில் செய்யப்பட்டு 1903இல் கோழிக்கோட்டில் கடலில் கரை ஒதுங்கியது. இவை லட்சத் தீவில் இருந்து வந்திருக்கவேண்டும். ஒரு தீய ஆவியை ஓட்ட, இந்த மரப்பொம்மை செய்து, அதில் ஆணி அடித்து கடலில் தூக்கி எறிந்திருக்கவேண்டும். இன்னொன்று தெளிச்சேரியில் கிடைத்தது. இதன் மீது அரபி வார்த்தைகள் எழுதப்பட்டு, ஆணி அறையப்பட்டு இருந்தது.

இதுபோலவே இரும்பு தீய ஆவிகளை ஓட்டும் என்ற நம்பிக்கை வட இந்தியாவில், சமர் சாதியினரிடமும் இருக்கிறது.

ஹென்றி ஒயிட்ஹெட் (1853 - 1947)

ஹென்றி ஒயிட்ஹெட், சென்னை மாகாணத்தில், ஆங்கிலிகன் கிறிஸ்தவ சபையின் (பின்னாளில், தென்னிந்தியத் திருச்சபை) அருட்தந்தையாக சென்ற நூற்றாண்டின் ஆரம்பத்தில், இருபத்திமூன்று வருடங்கள் இருந்தவர். அவருக்கு முன் இருந்த பல ஆங்கிலேயர் களைப்போலவே இந்திய வரலாற்றிலும், ஆன்மீகத்திலும் ஆர்வம் கொண்டு, அதுபற்றிப் படித்து, அந்தக் காலகட்டத்தில் இந்தியாவில் இருந்த நிலையை எழுதியவர்.

•

வானதி

'வானதி' என்ற புனைபெயரில் எழுதிவரும் இர. முத்து பிரகாஷ் 1976இல் பிறந்தவர். முதுநிலைப் பொறியியல் பட்டதாரியான இவர், கணினி தொழில்நுட்பத் துறையில் 24 வருடங்களாக பணிபுரிந்தபின் இன்று தனியார் நிறுவனம் ஒன்றில் துணைத்தலைவராக இருக்கிறார். தமிழில் எழுதுவதை தன்னுடைய உணர்வுபூர்வமான கடமையாகக் கருதுகிறார். வரலாறு, அரசியல், இலக்கியம் என்று பல துறைகள் சார்ந்த நூல்களைத் தமிழில் மொழி பெயர்த்திருக்கிறார்.

www.ingramcontent.com/pod-product-compliance
Lightning Source LLC
LaVergne TN
LVHW100308051026
849517LV00006B/2229
9789390958870